விபரீதக் கோட்பாடு

கிழக்கு பதிப்பக வெளியீடுகளாக சுஜாதாவின் புத்தகங்கள்

21ம் விளிம்பு
24 ரூபாய் தீவு
6961
அப்பா, அன்புள்ள அப்பா
அப்ஸரா
அனிதா - இளம் மனைவி
அனிதாவின் காதல்கள்
அனுமதி
ஆ..!
ஆட்டக்காரன் சிறுகதைகள்
ஆதனிலால் காதல் செய்வீர்
ஆயிரத்தில் இருவர்
ஆர்யபட்டா
ஆழ்வார்கள்:ஓர் எளிய அறிமுகம்
ஆஸ்டின் இல்லம்
இதன் பெயரும் கொலை
இரண்டாவது காதல் கதை
இருள் வரும் நேரம்
இளமையில் கொல்
இன்னும் ஒரு பெண்
உள்ளம் துறந்தவன்
ஊஞ்சல்
எதையும் ஒரு முறை
என் இனிய இயந்திரா
என்றாவது ஒரு நாள்
ஐந்தாவது அத்தியாயம்
ஒரு நடுப்பகல் மரணம்
ஒரே ஒரு துரோகம்
ஓடாதே
ஓரிரவில் ஒரு ரயிலில்
ஓரிரு எண்ணங்கள்
ஓலைப்பட்டாசு
கடவுள் வந்திருந்தார்
கமிஷனருக்குக் கடிதம்
கம்ப்யூட்டரே ஒரு கதை சொல்லு
கம்ப்யூட்டர் கிராமம்
கரையெல்லாம் செண்பகப்பூ
கற்பனைக்கும் அப்பால்
கனவுத் தொழிற்சாலை
காயத்ரி
குருபிரசாத்தின் கடைசி தினம்
கை
கொலை அரங்கம்
சிங்கமய்யங்கார் பேரன்
சில வித்தியாசங்கள்
சிவந்த கைகள்
சிறுகதை எழுதுவது எப்படி?
சின்னச் சின்னக் கட்டுரைகள்
சொர்க்கத் தீவு
டாக்டர் நரேந்திரனின் வினோத வழக்கு
தங்க முடிச்சு
தப்பித்தால் தப்பில்லை
திசை கண்டேன் வான் கண்டேன்
தீண்டும் இன்பம்
தூண்டில் கதைகள்
தேடாதே
தோரணத்து மாவிலைகள்
நகரம் சிறுகதைகள்
நிர்வாண நகரம்
நில் கவனி தாக்கு
நில்லுங்கள் ராஜாவே
நிறமற்ற வானவில்
நிஜத்தைத் தேடி
நைலான் கயிறு
பதினாலு நாள்கள்
பத்து செகண்ட் முத்தம்
பாதி ராஜ்யம்
பாரதி இருந்த வீடு
பிரிவோம் சந்திப்போம்
ப்ரியா
மண்மகன்
மத்யமர்
மலை மாளிகை
மனைவி கிடைத்தாள்
மாயா
மிஸ் தமிழ்தாயே நமஸ்காரம்
மீண்டும் ஒரு குற்றம்
மீண்டும் தூண்டில் கதைகள்
மீண்டும் ஜீனோ
முதல் நாடகம் - நாடகங்கள்
மூன்றுநாள் சொர்க்கம்
மெரீனா
மேகத்தைத் துரத்தியவன்
மேலும் ஒரு குற்றம்
மேற்கே ஒரு குற்றம்
ரயில் புன்னகை
ரோஜா
வசந்த காலக் குற்றங்கள்
வாய்மையே சில சமயம் வெல்லும்
வாரம் ஒரு பாசுரம்
வானத்தில் ஒரு மௌனத்தாரகை
விக்ரம்
விடிவதற்குள் வா
விபரீதக் கோட்பாடு
விருப்பமில்லா திருப்பங்கள்
விரும்பிச் சொன்ன பொய்கள்
விவாதங்கள் விமர்சனங்கள்
விழுந்த நட்சத்திரம்
வைரங்கள்
ஜன்னல் மலர்
ஜீனோம்
ஜோதி
ஸ்ரீரங்கத்து தேவதைகள்

விபரீதக் கோட்பாடு

சுஜாதா

கிழக்கு

விபரீதக் கோட்பாடு
Vibaritha Kotpadu
by Sujatha
Sujatha Rangarajan ©

Kizhakku First Edition: September 2010
104 Pages

ISBN: 978-81-8493-546-2
Title No. Kizhakku 544

Kizhakku Pathippagam
177/103, First Floor,
Ambal's Building, Lloyds Road,
Royapettah, Chennai 600 014.
Ph: +91-44-4200-9603
Email : support@nhm.in
Website : www.nhm.in

Cover Image : Shutterstock

Kizhakku Pathippagam is an imprint of New Horizon Media Private Limited

This book is sold subject to the condition that it shall not, by way of trade or otherwise, be lent, resold, hired out, or otherwise circulated without the publisher's prior written consent in any form of binding or cover other than that in which it is published and without a similar condition including this the rights under copyright reserved above, no part of this publication may be reproduced, stored in or introduced into a retrieval system, or transmitted in any form or by any means (electronic, mechanical, photocopying, recording or otherwise), without the prior written permission of both the copyright owner and the above-mentioned publisher of this book.

பூமி அக்னியையும் தியுலோகம் இந்திர
னையும் கருவில் வைத்திருப்பதுபோல் நீ கரு
வைத்தது என்று நின்று நடந்து நிமிர்ந்து
நனைந்து அவளும் பிரவேசிக்க அதன்பின்
யோகசித்தர் ஒருவர் மேலும் பிரவேசிக்க அந்த
ஸங்கமத்தில் உண்டாகும் அந்த தெய்வக்கரு
உலகை ஆளும் புத்திரனாக தேஜமேக எனும்
ஹேகிரஹமே நீ இவளை விட்டு விலகி
புருஷக் குழந்தையுடன் வா!

1

கோர்ட்டிலிருந்து என் ஆபீசுக்குத் திரும்பிக்கொண்டிருந்தேன்.

மாலை. அந்த கார், சந்தையே அடைத்துக்கொண்டு நின்று கொண்டிருந்தது. அருகில் சென்றதும், அது என் ஆபிசின் எதிரே தான் நிற்கிறது என்பது தெரிந்தது.

புதிய கேஸ்!

மெலிதான பச்சை வர்ண வண்டி. வெளிதேசச் சரக்கு. அமெரிக்காவில்தான் இப்படி கார்களுக்குப் பதிலாக தேர்கள் செய்வார்கள். எஸ்.டி.சி. வழியாக ஏலத்தில் வாங்குவதற்கு ஒன்றரை லகரமாவது ஆகியிருக்கும்.

உள்ளே சுத்தமாக ஒரு கை ரம்மியாடலாம். அவ்வளவு இடம். பின் சீட்டில் உட்கார்ந்தால் டிரைவரைப் பார்ப்பதற்கு பைனாகுலர் தேவைப்படுமோ எனத் தோன்றியது. ரேடியோ இருந்தது. ஏர் கண்டிஷன் இருந்தது. மற்றொரு சமாசாரம். நம்பர் ப்ளேட்டுக்கு மேலே குரோமியப் பளபளப்பில் ஒரு சின்னம்.

உள்ளே நுழைந்தேன்.

காருக்குள் அல்ல, என் ஆபீசுக்குள்.

வஸந்த் அந்தப் பெண்ணுடன் பேசிக்கொண்டிருந்தான். மற்றொரு இளைஞன் மௌனமாக உட்கார்ந்திருந்தான். வஸந்த் அந்தப் பெண்ணுடன் இன்ஸ்டண்ட் காதல் கொண்டுவிட்டான் என்பது அவனது பரிவான பார்வையிலிருந்து தெரிந்தது. வஸந்தின் காதல்கள் தினசரி மாறும்.

என்னைப் பார்த்ததும் சற்று ஏமாற்றத்துடன், ‘வந்து விட்டார்’ என்றான். ‘மிஸ் தருணா, திஸ் இஸ் மிஸ்டர் கணேஷ்,’ என்று அந்தப் பெண்ணுக்கு என்னை அறிமுகப்படுத்தினான்.

‘ஹாய்’ என்றாள்.

வஸந்த் அந்த இளைஞனைப் பார்த்து, ‘ஸாரி! உங்கள் பெயர் மறந்துவிட்டது’ என்றான்.

‘சாமிநாதன்’ என்றான் சாமிநாதன்.

‘ஹலோ! உள்ளே வாருங்களேன்’ என்றேன். அந்தப் பெண் என்னையே வைத்த கண் வாங்காமல் பார்க்க, என் காலருக்குள் குறுகுறுத்தது. ‘ஸாரி, ஆபீஸ் சுத்தமாக இல்லை’ என்று இரண்டு புத்தகத் தலையணைகளையும் காப்பிக் கோப்பைகளையும் விலக்கி அவர்களுக்கு ஒரு வழியாக உட்கார இடம் பண்ணிக் கொடுத்தேன்.

எதிரே உட்கார்ந்தேன். வஸந்த் நின்றவாறே அந்தப் பெண்ணை... சொல்லத் தேவையில்லை.

வெளியே ஹார்ன் சப்தம் கேட்டது. ‘உங்கள் கார் போக்குவரத்தை அடைக்கிறது என நினைக்கிறேன். வஸந்த், போய்ப் பார்’ என்றேன்.

என்னை முறைத்துவிட்டுச் சென்றான்.

அந்தப் பெண்ணுக்கு இருபது வயதிருக்கலாம். நவீனமாக உடை அணிந்திருந்தாள். தற்காலத்தில் பெண்கள் வித்தியாசமின்றி ஆண்களின் சட்டைகளையும் - ஏன், பனியன்களையும் கூட - அணிவது பற்றி எனக்கு உத்தரவாதமாகத் தெரியும். இந்தப் பெண் பெண்தான் என்று சொல்வதற்கு நிறைய ஆதாரங்கள் இருந்தன, தெரிந்தன.

கடுகளவு பொட்டு இட்டிருந்தாள்.

தலைமயிரைக் கவனமாகக் கலைத்திருந்தாள். மெல்லிய லிப்ஸ்டிக் அணிந்திருந்தாள். புருவங்கள் ஒழுங்குபடுத்தப்பட்டிருந்தன. சட்டையின் காலர் திறந்திருந்தது. கழுத்து சன்னமாகத் தெரிந்தது. இன்னும் தெரிந்தது. ஐஸோமெட்ரிக் பயிற்சிகள் செய்கிறாள் போலும். சற்று ஆரோக்கியமான மத்யப் பிரதேஷ். அதற்குக் கீழே அவளைப் பார்க்க முடியாதபடி என் மேஜை.

சாமிநாதனுக்கு இருபத்தொன்பது வயதிருக்கலாம். உடைகளின் தோரணையில் அவனுக்கும் அவளுக்கும் முடிச்சுப் போட முடிய வில்லை. தலைமயிர் சமீபத்தில் சலூனுக்குப் போயிருந்தது. நெற்றியில் பெரிதாகக் குங்குமப் பொட்டு. நல்ல சிவந்த உதடுகள். கன்னங்களில் குழந்தைப் பருவத்தில் சாப்பிட்ட கிளாக்ஸோ டின்களின் உபயம் தெரிந்தது. மெல்லிய உதடுகள். கண்கள் என்னை நேராகப் பார்க்க மறுத்து என் மேஜை மீதிருந்த மசிக்கூட்டியில் தங்கியிருந்தன. ஜிப்பாபோல் உயர்ந்த சில்க் அணிந்திருந்தான். அதன் ஊடே மார்பில் நிறைய கேசம் வளர்ந்திருப்பதும், ஒரு தங்கச் சங்கிலி தொங்குவதும், அந்தச் சங்கிலியின் இறுதியில் ஒரு டாலர் தொங்குவதும், அதில் நான் முன்பு குறிப்பிட்ட சின்னத்தின் கோடுகளும் தெரிந்தன.

‘என்ன விஷயம் சொல்லுங்கள்’ என்றேன்.

அவர்கள் ஒருவரை ஒருவர் பார்த்துக்கொண்டார்கள்.

‘சொல்லு சாமி’ என்றாள் பெண்.

‘நீயே சொல்’ என்றான். குரல் சன்னமாக இருந்தது. அவள் என்னைப் பார்த்தாள். ‘க்கும்’ என்று கனைத்து எச்சில் விழுங்கிக் கொண்டாள்.

‘நீங்கள்தானே லாயர்?’ என்றாள்.

‘ஆம்’ என்றேன்.

‘நான் சாமியைக் கல்யாணம் செய்துகொள்ளவேண்டும்.’

‘தாராளமாகச் செய்து கொள்ளுங்கள். என் ஆசிகள்.’

‘நாங்கள் உங்களிடம் ஆசி கேட்க வரவில்லை.’

‘ஸாரி. ஆசிகள் வாபஸ்’ என்றேன்.

வஸந்த் நுழைந்தான்.

'எங்கள் திருமணத்துக்கு ஒரு தடை இருக்கிறது' என்றாள். வஸந்தின் காதல் அஸ்தமித்தது.

'என்ன தடை? உங்களுக்குப் பதினெட்டு வயதாகவில்லையா?' (மார்பைப் பார்த்தால் அப்படித் தெரியவில்லையே.)

'தடை அது இல்லை. என் முதல் மனைவி ப்ரதிமா' என்றான் சாமிநாதன்.

'ஓ... உயிருடன் இருக்கிறாளா?'

'ஆம்.'

'விவாகரத்து ஆகிவிட்டதா?'

'இல்லை.'

'அப்போது நீங்கள் கல்யாணம் செய்துகொள்ள முடியாது.'

'ப்ரதிமா சாமியைவிட்டுச் சென்றுவிட்டாள்.'

'ஆம். அவள் என்னுடன் இல்லை.'

'எங்கே இருக்கிறாள்?'

'தெரியாது.'

'நான் சொல்கிறேன், சாமி சொல்லத் தயங்குகிறார். அவள் வேறு ஒருவனுடன் இருக்கிறாள்.'

'தருணா!'

'இல்லை சாமி, வக்கீலிடம் எல்லாவற்றையும் சொல்லித்தான் ஆகவேண்டும்.'

அவனைப் பார்த்தேன்.

தயக்கத்துடன், 'அவள் இன்னொருவனுடன் இருக்கிறாள் என்ற சந்தேகம் இருக்கிறது' என்றான்.

'She is a bitch. பாவம் சாமி! ஏமாற்றி இருக்கிறாள். சாமி, சொல்லேன். சொல்லிவிடேன்.'

சாமிநாதன் மென்று விழுங்கினான்.

'ஒரு சந்தேகம்' என்றேன்.

'என்ன?'

'என்னிடம் எதற்காக வந்திருக்கிறீர்கள்? நீங்கள் சட்டப்படி திருமணம் செய்துகொள்ளலாமா என்று சந்தேகம் கேட்பதற்கா?'

'அதுதான் கூடாது என்று சொல்லிவிட்டீர்களே?'

'பின்னே? ஒரு வக்கீலுக்கு இனிமேல் என்ன தேவை?'

தருணா என்னை நேராகப் பார்த்தாள். 'நீங்கள் ஒரு வக்கீல் மட்டும் இல்லை. அதற்கும் மேலே என்று கேள்விப்பட்டிருக்கிறேன். வேறு சில சாகசங்களும் செய்வீர்கள் என்று கேள்விப்பட்டிருக்கிறேன்.'

'அப்படி உங்களுக்கு யார் சொன்னார்கள்?'

'பலபேர், ஏன் மிஸ்டர் வஸந்த்கூட.'

வஸந்த்தை ஆக்ரோஷமாகப் பார்த்தேன்.

'பாஸ், அதாவது வந்து நான் சொன்னது என்னவென்றால் ஒரு கேஸை நீங்கள் எடுத்துக்கொண்டுவிட்டால் அப்புறம் அலைச்சலுக்கு அஞ்சமாட்டீர்கள் என்றுதான் சொன்னேன்.'

'இது ஒரு கேஸா? மேரேஜ் ரிஜிஸ்ட்ராரிடம் போக வேண்டியவர்கள் இங்கு வந்திருக்கிறார்கள்.'

சாமிநாதன் மௌனம் சாதித்தான். நாங்கள் பேசப் பேச ஒவ்வொருவர் முகத்தையும் பார்த்துக்கொண்டே இருந்தான். தவிர ஒரு வார்த்தை? ம்ஹூம்! எல்லாம் அந்தப் பெண் தருணாதான். சரியான ஓட்டை வாய் என்று தெரிந்தது. வசீகரமான ஓட்டை வாய்.

முழுமையான உதடுகள், சடுதியில் சிரிக்கிறாள். அதிர்ஷ்டக்காரன்.

'மிஸ்டர் கணேஷ், எங்களுக்கு உங்கள் உதவி வேறு விதத்தில் தேவையாக இருக்கிறது. நான் சாமியை விரும்புகிறேன்.

சாமியைக் கல்யாணம் செய்துகொள்ள மிகவும் இஷ்டப்படு கிறேன். ப்ரதிமாவைப் பற்றியோ, அவள் நடத்தையைப் பற்றியோ எனக்குக் கவலை இல்லை. இருந்தும் சட்டவிரோத மான ஒரு காரியம் செய்ய எனக்கு இஷ்டமில்லை. சாமி ரொம்ப நல்லவர். எங்கள் பரிச்சயம் சற்று முதிர்வதற்குள் ஒப்பனாகச் சொல்லிவிட்டார். 'நான் கல்யாணமானவன். என் முதல் மனைவி ஓடிப்போய் விட்டாள்' என்று. அவளுடன் ரொம்ப சஃபர் பண்ணியிருக்கிறார். அப்பாவி மனுஷனை ஆட்டி வைத்திருக் கிறாள்.'

'அதெல்லாம் சரிதான். நான் என்ன செய்யவேண்டும் என்பது எனக்கு இன்னும் தெளிவாகவில்லை.'

'நீங்கள் ப்ரதிமாவை கண்டுபிடிக்கவேண்டும்.'

'ப்ரதிமாவை? அவள் இப்போது எங்கே இருக்கிறாள் என்பது தெரியாதா உங்களுக்கு?'

'தெரியாதே.'

'பின் எப்படிச் சொன்னீர்கள் அவள் வேறு ஒருத்தனுடன் வாழ் கிறாள் என்று!'

'அவளது முந்தின நடத்தையிலிருந்து.'

'அப்படியா... அவள் திடீர் என்று சொல்லிக்கொள்ளாமல் காணாமல் போய்விட்டாளா?'

'ஓடிப் போய்விட்டாள்.'

'பிறந்த வீட்டில் விசாரித்துப் பார்த்தீர்களா?'

'அவள் பெற்றோர் உயிருடன் இல்லை. ஒரே ஒரு அண்ணன் காரன் இருக்கிறான். அவளைப் பற்றிய பேச்சை எடுக்காதே என்கிறான். வேறு யாருடனோ வாழ்கிறாள். நிச்சயம்.'

'அப்படியா?' சாமிநாதனைப் பார்த்தேன். அவன் கண்களில் லஜ்ஜை தென்பட்டது. இவ்வளவு புஷ்டியாக, வயதான குழந்தை போல இருக்கிறாயே, உன்னிடம் என்ன கோளாறு? ஏன் அவள் உன்னை விட்டுச் சென்றுவிட்டாள்? பணத்துக்காகக் கல்யாணம் செய்துகொண்டாளா? அப்படி இருந்தால், ஏன் விட்டுவிட்டு

ஓடுகிறாள்? படுக்கையில் ஏமாற்றங்களா? பாசமா? மற்றொரு காதலா? கொடுமைப்படுத்தினாயா? சாமிநாதனைப் பார்த்தால் கொடுமைப்படுகிற ரகமாகத் தோன்றியது. அவன் அசட்டுச் சிரிப்பில் ஓர் 'ஐயோ பாவம்' இருந்தது. அவன்மேல் இரக்கம் பிறந்தது.

'போலீசில் சொன்னால் கண்டுபிடித்துக் கொடுப்பார்கள்.'

'ஐயோ? போலீஸ் வேண்டாம்பா!' என்று கன்னத்துச் சதை ஆடத் தலையாட்டினான் சாமிநாதன்.

'அவள் யாருடன் எங்கு வாழ்கிறாள் என்று நீங்கள் கண்டுபிடிக்க வேண்டும்.'

'கண்டுபிடித்து என்ன செய்வதென்று உத்தேசம்?'

'சாமி சொன்னதிலிருந்து அவள் ஒரு ★!?★ என்று நிச்சயம் தெரிகிறது. அது நிரூபிக்கப்பட்டு, கணவனை விட்டுவிட்டு வேறு ஒருவனுடன் வாழ்கிறாள் என்று ஸ்தாபித்துவிட்டால் சாமி விவாகரத்துக்கு மனு போட்டுவிடலாம். அடல்ட்டரி!'

'அடல்ட்டரி எல்லாம் நிரூபிப்பது இந்தியக் கோர்ட்டுகளில் ரொம்பக் கஷ்டம்!'

'முயன்று பார்க்கலாமே! இல்லை என்றால் அவளை நீங்கள் அணுகிப் பேசி, பரஸ்பர விவாகரத்து ஒப்பந்தத்துக்குக் காசோ பணமோ கொடுத்துக் கையெழுத்து வாங்கிவிடலாம். முதலில் அவள் எங்கிருக்கிறாள் என்று கண்டுபிடிக்கவேண்டும். செய்வீர்களா?'

'பணத்தைப் பற்றிக் கவலைப்படாதீர்கள் சார்' என்றான் சாமிநாதன்.

நான் வஸந்தைப் பார்த்தேன். எடுத்துக்கொள்ளுங்கள் என்றான் கண்களால்.

'மிஸ்டர் சாமிநாதன், நான் மேலே தீர்மானிப்பதற்குமுன் உங்கள் முதல் மனைவியைப்பற்றி நான் கேட்கிற கேள்விகளுக்கு எல்லாம் பதில் வேண்டும். சற்று அந்தரங்கமாக இருந்தால்கூடப் பதில் சொல்லவேண்டும்.'

'அந்தரங்கம் என்றால்?' மிரண்டு தருணாவைப் பார்த்தான்.

‘எல்லாவற்றுக்கும் பதில் சொல்வார். நீங்கள் கேளுங்கள்’ என்றாள் தருணா.

‘அதற்குமுன் ஒரு சின்ன சந்தேகம். உங்கள் காரில் நம்பர் ப்ளேட்டுக்குமேல் ஒரு சின்னம் இருக்கிறதே... ஒரு சூலம், ஒரு அரை வட்டம்... நீங்கள்கூடக் கழுத்தில் மாட்டியிருக்கிறீர்களே, அது என்ன?’

சாமிநாதன் மார்பைப் பார்த்துக்கொண்டு, ‘ஓ, இதுவா!’ என்று சிரித்தான். ‘இது ஒரு யந்திரம், சித்தப்பா கொடுத்தார். காற்று கருப்பு அண்டாமல் இருக்கிறதற்கு.’

‘ப்ரதிமா இவர் மேல் சூன்யம் வைக்கக்கூடப் பார்த்தாள்.’

‘சேச்சே! அதெல்லாம் இல்லை. சும்மா சொல்லாதே.’

தருணா ப்ரதிமாவை வெறுக்கிறாள் என்பது உ.கை.நெ. கனியாகத் தெரிந்தது. இவளைக் கூட வைத்துக்கொண்டால் கேள்விகளுக் கெல்லாம் இவளே பதில் சொல்லிக் கொண்டிருப்பாள். எனக்கு சாமிநாதனைத் தனியாக மடக்க வேண்டும். வஸந்தைப் பார்த்தேன்.

‘தருணா! காப்பி சாப்பிடுகிறீர்களா? வஸந்த்! தருணாவை அழைத்துச் சென்று அப்ஸராவில் ஏஸி ரூமில் ஏதாவது வாங்கிக் கொடேன்? அதுவரை நான் சாமிநாதனிடம் பேசிக் கொண்டிருக் கிறேன்.’

குறிப்பறிந்து உற்சாகத்துடன், ‘ஓகே!’ என்றான் வஸந்த்.

அவள் சந்தேகத்துடன், ‘எல்லோருமே சேர்ந்து போகலாமே?’ என்றாள்.

‘இல்லை, சாமிநாதனுடன் நான் கொஞ்சம் தனியாகப் பேச வேண்டும்.’

தயங்கினாள். யோசித்தாள். ‘ஆல்ரைட்’ என்றாள்.

‘காரை எடுத்துக் கொண்டு போகிறாயா தருணா?’ என்று சாமிநாதன் தன் பையிலிருந்து சாவியை எடுத்து ஆட்டினான். (சாவிக் கொத்தில் மறுபடி அந்தச் சின்னம்.)

‘வேண்டாம். நடை தூரம்தான்’ என்றான் வஸந்த். அவர்கள் போனதும் சாமிநாதனை நேராகப் பார்த்தேன். திருதிரு என்று விழித்தான், பலி ஆடு போல்.

‘ஹிஹி, நான்தான் அவளுக்குக் கார் கற்றுத் தருகிறேன். ரிவர்ஸ் சரியாக வராது! பெரிய கார் பாருங்கள்.’

‘கார் உங்களுடையதா?’

‘சித்தப்பாவுடையது.’

‘ப்ரதிமாவுக்கு என்ன வயதிருக்கும்?’

‘இருபத்து ஐந்திருக்கும். சித்தப்பாவுக்கு சரியாகத் தெரியும்.’ இந்தச் சித்தப்பா அடிக்கடி வருகிறார். கவனிக்கவேண்டும். அவன் பார்வை மறுபடி என்னை விட்டு அர்ஜெண்ட்டாக விலகியது. ஜகா வாங்குவது இவன் ரத்தத்தில் ஊறின சமாசாரம் போலும். எப்போதும் ஒருவித அடிபட்ட பார்வை. என்ன இவன் குறை?

‘ப்ரதிமாவின் போட்டோ ஒன்று கிடைக்குமா?’

‘வைத்திருக்கிறேன். வீட்டில் இருக்கிறது. தருகிறேன். அதிலிருந்தே அவளைக் கண்டுபிடித்து விடுவீர்களா? கில்லாடி சார்!’ என்று சிரித்து என் முகத்தில் பதில் சிரிப்பைத் தேடினான்.

மறுத்தேன். ‘இன்னும் சில விவரங்கள் வேண்டும். மிஸ்டர் சாமிநாதன், உங்கள் மனைவி ஏன் உங்களைப் பிரிந்து சென்று விட்டாள்? நீங்கள் சொல்லும் காரணம் என்ன?’

அவன் சிரிப்பு சட்டென்று நின்றது. சன்னமாக ‘அவள் ஒரு மாதிரி’ என்றான்.

‘ஒரு மாதிரி என்றால்?’

‘நடத்தை சரியில்லை.’

‘அப்படியா?’

கொஞ்ச நேரம் மௌனத்துக்குப் பிறகு, ‘என் கண்களாலேயே பார்த்தேன்’ என்றான்.

‘என்ன?’

‘சார், இதைவிடக் கொடுமை ஒரு கணவனுக்கு இருக்க முடியுமா சார்?’ அவன் முகம் அழுகைக்குத் தயாராகியது. கண்களில் நீர் பளிச்சிட்டது.

‘சந்தர்ப்ப சூழ்நிலையில் ஒரு சாதாரண நிகழ்ச்சியை நீங்கள் தப்பாக அர்த்தம் பண்ணிக்கொண்டிருக்கலாம் அல்லவா?’

‘சாதாரண நிகழ்ச்சியா அது? படுக்கையில் உடுப்பு இல்லாமல் சாதாரண நிகழ்ச்சியா! மறக்கக்கூடிய நிகழ்ச்சியா?’ அவன் கண்ணீர் சேமிதமாகி உருண்டு பொட்டென்று ப்ளாட்டிங் பேப்பரில் விழுந்து விரைவாகப் பரவியது.

‘ஸாரி’ என்றேன்.

கைக்குட்டையை உபயோகித்தான்.

‘அவளை அதற்காக என்ன செய்தீர்கள்? திட்டினீர்களா? வீட்டை விட்டு வெளியே போ என்றீர்களா?’

‘ஊஹூம். ஒரு வார்த்தை சொல்லவில்லை சார். நான் பார்த்தது அவளுக்குத் தெரியாது. அப்புறம் அவளுடன் பேசவில்லை. அவ்வளவுதான். அவளும் பேசவில்லை. அவளுக்குப் புரிந்திருக்கும்.’

‘உங்கள் சித்தப்பா என்ன சொன்னார்?’

‘அவரிடம் நான் இதைச் சொல்லவில்லை. அவர் பார்த்துச் செய்து வைத்த கல்யாணம்தான் இது. அவருக்குத் தெரிந்திருந்தால் துடித்துப் போவார் என்று சொல்லவில்லை. நல்ல ஃபேமிலி சார் நாங்கள்!’

‘எவ்வளவு நாட்களாயிற்று ப்ரதிமா உங்களை விட்டுப் போய்?’

‘ஏறக்குறைய ஒரு வருஷம். டிசம்பருக்கு ஒரு வருஷம்.’

‘யூ மீன், ஒரு வருஷமாக உங்கள் சித்தப்பாவுக்கு இந்த விஷயம் தெரியாதா? நீங்கள் தனியாக வாழ்கிறீர்களா?’

‘இல்லை. சித்தப்பாவுடன்.’

‘அப்பா?’

‘சின்ன வயசிலேயே செத்துப் போய்விட்டார். சித்தப்பாதான் எனக்கு எல்லாம்.’

‘அவரிடமிருந்து எப்படி ஒரு வருஷம் இந்தத் தீவிரமான விஷயத்தை மறைத்திருக்க முடியும்?’

‘சித்தப்பாவிடம் தெரிவிக்கவில்லை என்றுதான் சொன்னேனே தவிர, சித்தப்பாவுக்குத் தெரியாது என்று சொல்லவில்லை. தெரியும். நிச்சயம் தெரியும். அவருக்குத் தெரியாததே கிடையாது. அவர் மனம் புண்படும் என்று நான் பேசுவதில்லை. என் மனம் புண்படும் என்று அவர் இதுபற்றிப் பேசுவதில்லை.’

‘நீங்கள் அவளைக் கண்டுபிடிக்க முயற்சியே செய்யவில்லையா?’

‘இல்லை’ என்றான் தீர்மானமாக.

‘ஏன்?’

‘என் சுபாவம் அப்படி. அவள் இந்த மாதிரி நடந்துகொண்டதற்கு முதலில் என்னிடம் என்ன குறை, என்ன தப்பு என்று என்னையே கேட்டுக்கொண்டேன்.’

‘பதில் கிடைத்ததா?’

‘கிடைத்தது. என் அப்பாவித்தனம். வேறு ஏதும் இல்லை. தாட்சண்யம். கோழைத்தனம். மனத்தில் நினைத்த கோபத்தை வெளியில் சொல்லும்போது அதன் ரூபம் மாறிவிடுகிறது. சின்ன வயசிலிருந்தே நான் அப்படித்தான். ஜனங்கள் மிதிக்க என்றே நான் ஜன்மம் எடுத்திருக்கிறேன். சிறுவயதில் நடராஜன் என்கிற ஒரு குட்டிப் பையன் என்னை ஆட்டிப் படைத்தான். அப்புறம் வேறுவேறு சினேகிதர்கள்; வேலைக்காரர்கள்; கடைக்காரர்கள்... எல்லோரும் என்னை ஏமாற்றினார்கள். கடைசியில் மனைவி ஏமாற்றினாள்.’

‘இப்போது அவளை மறுபடி தேடிச் சென்று கண்டுபிடிப்பதில் என்ன லாபம்?’

‘எனக்கு அவளை மறுபடி பார்ப்பதில் கொஞ்சம்கூட இஷ்டமில்லை. இந்தப் பெண் தருணாதான் அந்தச் சம்பந்தத்தை ஒட்ட

அறுத்துவிட்டு அப்புறம் வா என்கிறாள். தருணா மாதிரி ஒரு பெண் கிடைக்க மாட்டாள். என் அப்பாவித்தனத்தை முழுக்க உணர்ந்துகொண்டிருக்கிறாள். 'சாமி, தைரியமாக இருக்கணும். வேலைக்காரர்களை அதட்டணும். எல்லோரையும் மூஞ்சிமேல் ஏறவிடக்கூடாது' என்று சொல்லிக் கொண்டே இருப்பாள். அவளுடன் மூன்று மாதம் பழகியதில் எனக்கே கொஞ்சம் தைரியம் வந்துவிட்டது. அன்றைக்குக் காரியஸ்தனை டிஸ்மிஸ் செய்துவிட்டேன். ஒரு மாமாங்கம் திருடியிருக்கிறான். ஜெம் சார் அவள்!'

'தருணாவிடம் உங்களுக்குப் புது வாழ்வு கிடைக்கும் என்கிறீர் கள்?'

'நிச்சயம். என் முதல் மனைவியைக் கண்டுபிடித்து... கண்டு பிடித்து... கண்டுபிடித்து... நீங்கள்தான் அதற்கு ஹெல்ப் பண்ண வேண்டும்.'

'எதற்கு?'

'விடுதலைக்கு. தீர்மானமாக அவள் இன்னொருத்தனிடம் வாழ்கிறாள் என்று நிரூபித்துவிட்டால், நான் விவாகரத்துக்கு மனு போட்டு...'

'அவள் அப்படி வாழவில்லை என்றால்?'

'எப்படியாவது அவளைச் சந்தித்துப் பேசி, கொடுக்கிற பணத்தைக் கொடுத்து...'

நான் யோசித்தேன். 'சாமிநாதன், இன்னொருத்தன் இன்னொருத் தன் என்கிறீர்களே, அது யார் என்பது பற்றி ஏதாவது தெரியுமா உங்களுக்கு? யாரையோ கண்ணால் பார்த்தேன் என்று சற்றுமுன் சொன்னீர்களே?'

'எத்தனையோ இன்னொருத்தன்கள்! நான் பார்த்தது ஒரு வேலைக்காரனுடன்...'

'மை காட்!'

'அவனை டிஸ்மிஸ் செய்துவிட்டேன்.'

'என்ன ஒரு வீரச் செயல்...'

'மிஸ்டர் கணேஷ், என் நம்பிக்கை எல்லாம் தருணாதான். தருணாதான் என் வாழ்க்கையில் பிரகாசம் தரப் போகிறவள். எப்படியாவது என்னை அந்த முதல் விவாகம் என்கிற பயங்கர சொப்பனத்திலிருந்து விடுவித்து விடுங்கள். தருணாவை நான் அவசரப்பட்டுக் கல்யாணம் செய்துகொண்டு, அந்த விஷயம் அவளுக்குத் தெரியவந்தால் நிச்சயம் ஊரைக் கூட்டி கேஸ் போடுவாள். என்ன வேண்டுமானாலும் செய்வாள். ராட்சசி!'

'பின் ஏன் அவளைக் கல்யாணம் செய்துகொண்டீர்கள்?'

'அழகான ராட்சசி.'

ப்ரதிமா அழகான ராட்சசி! அவளைப் பார்க்க ஒரு ஆர்வம் ஏற்பட்டது. ஒரு பெண். 'ஓடிப்போன' பெண். அவள் விட்டுச் சென்ற தடயங்களிலிருந்து அவளைக் கண்டுபிடிப்பதும் கவர்ச்சி கரமான வேலையாகத்தான் இருந்தது. சாமிநாதன் கட்சியைக் கேட்டாயிற்று.

ப்ரதிமாவின் கட்சி என்ன?

'ஆல்ரைட் சாமிநாதன். நான் உங்கள் வீட்டுக்கு வரவேண்டும். உங்கள் மனைவி விட்டுச் சென்ற பொருள்கள் ஏதேனும் இருக் கிறதா?'

'நிறைய, போட்டது போட்டபடியே சென்றுவிட்டாள்.'

'சரி அவற்றை நான் பார்க்கவேண்டும். அப்படியே உங்கள் சித்தப்பாவையும் சந்திக்கலாம்.'

'தாராளமாக, ஆனால் ப்ரதிமாவை நாம் கண்டுபிடிக்கும் முயற்சி கள் பற்றி எதுவும் அவரிடம் சொல்லவேண்டாம். அவளைப் பற்றிய பேச்சே இனிமேல் எடுக்கக்கூடாது என்றிருக்கிறார்!'

'தருணாவைப் பற்றி அவருக்குத் தெரியுமா?'

'தருணா அவருடைய புதிய செகரட்டரி. ஆனால், நானும் தருணாவும் கல்யாணம் செய்துகொள்ள விரும்புகிறோம் என்பது அவருக்கு இன்னும் தெரியாது என்று நினைக்கிறேன். அதைப் பற்றி நீங்கள் ஒன்றும் அவரிடம் சொல்லவேண்டாம். எப்போது வருகிறீர்கள்?'

விபரீதக் கோட்பாடு • 19

‘இப்போதே, அவர்கள் வந்ததும் புறப்படலாம்.’

‘இன்று வேண்டாம். வேறு ஜோலி இருக்கிறது. நாளைக்குக் காலை வாருங்களேன்? நானே வந்து உங்களை அழைத்துச் செல்கிறேன்.’

‘சரி.’

‘என்ன, பேசியாயிற்றா? எல்லாம் விவரமாகச் சொன்னாரா?’ என்று தருணாவில் குரல் கேட்டது.

2

பஞ்சாய்ப் போன அரசியல் தலைவர்களின் பெயர்களில் நிறைய நகர்கள் இருக்கும் சென்னையில் 'திருமூலர் நகர்' என்கிற காலனி இருப்பது எனக்குப் புதிய செய்தியாக இருந்தது. பரங்கி மலையில் அண்ணா சாலையிலிருந்து பிரிந்து சர்ஜிகல் தொழிற்சாலையைக் கடந்ததும் ஒரு கச்சா ரோடில் திரும்ப வேண்டியிருந்தது.

கார் வெண்ணையாகச் சென்றது. எந்த மகானுபாவன் ஸ்பிரிங் அமைத்தானோ, இங்கிலாந்தில் நான் நல்ல கார்களில் சென்றிருக்கிறேன். அங்கே எல்லாம் சாலை சுத்தம். நாங்கள் இப்போது சென்ற சாலை எந்தக் காரையும் நெக்கு வாங்கிவிடும். இருந்தும் சுகமான பிரயாணம். கனவுக்குக் கொஞ்சம் எண்ணெய் தடவி ஓட்டினதுபோல.

சாமிநாதன் ஒரு கையால் ஓட்டினான். காருக்குள் காஸெட், ரேடியோ எல்லாம் இருந்தது. அதைத் தொட்டுப் பார்த்தேன். 'கேட்கிறீர்களா?' என்று பட்டனைத் தட்டினான். சமஸ்கிருதத்தில் சுலோகங்கள் ஒலித்தன. 'கனகதாரா ஸ்தோத்ரம்' என்றான். நான் வெளியே பார்த்தேன். ஒரு பம்ப் செட் பிரவகித்துக் கொண்டிருந்தது.

'பிடிக்கவில்லையா? வேறு சானல் கேட்கிறீர்களா?' என்றான். மறுபடி பட்டனைத் தட்டினான். பாப் சங்கீதம் ஒலித்தது. ஹேர் என்கிற பிரபலமான அமெரிக்க நிர்வாண நாடகத்திலிருந்த அக்வேரியஸ் கானம்.

'சித்தப்பாவுக்கு கனகதாரா ஸ்தோத்ரம், தருணாவுக்கு பாப் சங்கீதமா?' என்றேன்.

'இல்லை. இரண்டுமே சித்தப்பாவுக்குப் பிடித்த பாடல்கள்' என்றான். ஆச்சரியமாக இருந்தது.

திருமூலர் நகர், பனைமரச் சோலைகளுக்குள் ஒளிந்து கொண்டிருந்தது. சின்ன காலனி, இருபது இருபத்தைந்து வீடுகள்தான் இருந்தன. நவீன பாணியில் கட்டப்பட்ட வீடுகள். பாக்கி இருந்த மனைகள், வெள்ளைக் கல் வைத்து எதிர்காலக் கட்டடங்களுக்குக் காத்திருந்தன. 'இந்த காலனி முழுவதையும் சித்தப்பாதான் டெவலப் பண்ணியிருக்கிறார்' என்றான் சாமிநாதன்.

நான் மனக்கணக்கு போட்டுப் பார்த்தேன். வஸந்த் வரவில்லை; கோர்ட்டில் ஓர் அட்ஜர்ன்மெண்ட்டுக்கு அனுப்பியிருந்தேன்.

சாமிநாதன் சித்தப்பாவின் வீடு தனியாக ஆக்ரோஷமான காம்பவுண்டு சுவருக்குள் இருந்தது. மல்லிகைப் பந்தல் வாசலில் வரவேற்றது. கவனமாக அமைக்கப்பட்ட தோட்டத்தில் ரத்த நிறத்திலும், மஞ்சளிலும், வெள்ளியிலும் ரோஜாக்கள் சிரித்தன. புல் தரையில் கவனமான உழைப்பு தெரிந்தது. போகன்வில்லா வீட்டின் ஒரு பக்கம் பூராவும் பரவியிருந்தது. பக்கத்தில் இரண்டு கார்கள் நிற்கக்கூடிய அளவுக்கு கராஜ் தெரிந்தது. பின் பக்கம் தோட்டத்தின் அடர்த்தி பச்சை இருட்டாகத் தெரிந்தது. புஷ்டி யுள்ள மாடுகள் சாப்பிட்டுக்கொண்டிருந்தன.

போர்ட்டிக்கோவில் ஒரு வேலைக்காரன் கார் கதவைத் திறந் தான். இந்த வீட்டுச் சாப்பாட்டின் புஷ்டியை அவன் புஜங்கள் அறிவித்தன. என்னை ஒருவித உணர்ச்சியும் காட்டாமல் பார்த் தான். வீட்டின் உள்ளே நுழையுமுன் மறுபடி அந்தச் சின்னத்தை நிலைப்படியில் சந்தித்தேன்.

'சித்தப்பா பூஜையில் இருப்பார். உடனே பார்க்கவேண்டுமா?' என்றான் சாமிநாதன்.

‘கலைக்காதீர்கள். அப்புறம் பார்த்துக்கொள்ளலாம்.’

‘காப்பி சாப்பிடுகிறீர்களா, இல்லை பால் கொண்டுவரச் சொல்லட்டுமா?’

‘வேண்டாம். ப்ரதிமாவின் அறையைக் காண்பியுங்கள்.’

‘பேஷாக’ என்றான். ‘வாருங்கள்.’ உள்ளே ஒரு மகா ஹால். அதன் நடுவே புலித்தோல். அதன் மேல் ஒரு குள்ள மேஜை. அதன் மேல் பத்திரிகைகள் (இண்டியன் அஸ்ட்ராலஜர்), புத்தகங்கள் (ஸைட்லைட்ஸ் ஆன் த தந்த்ரா), சுவரில் ஒரு பெரியவர் படம். நீண்ட கோட்டும் கெடிகாரச் சங்கிலியுமாக ஸ்டுடியோவில் நின்றவாக்கில் படம். ஓரத்தில் ஒரு வெண்கலச் சிலை. காளி ரூபமா? மெலிதாக ஊதுவத்தி மணம். உடுப்பி ஹோட்டல்களில் போல. நிசப்தம்.

சாமிநாதன் என்னை மாடிக்கு அழைத்துச் சென்றான். தேக்குமரப் படிகளில் ஏறும்போது அவ்வளவு பெரிய ஹாலில் உட்கார நாற்காலிகள் இல்லாதது எனக்கு விநோதமாகப் பட்டது. கீழே உட்காருவார்களோ? ப்ரதிமாவின் அறையின் பூட்டைத் திறப்பதற்குமுன், ‘அவள் விட்டுச் சென்றபடியே இருக்கிறது. அப்புறம் நான் நுழையவில்லை. நுழைய மனசு வரவில்லை’ என்றான்.

நிச்சயம் அது ஒரு பெண் இருந்த அறைதான். ஆள் உயரக் கண்ணாடி. அதன்முன் இருந்த டிரெஸ்ஸிங் டேபிளில் அலங்கார சாதனங்கள் இறைந்திருந்தன. வண்ண வண்ணத் திரவங்கள், பால்கள், குழம்புகள், பவுடர்கள், பிளாஸ்டிக் நகைகள், ஹேர்பின்கள். ஓர் அலமாரியில் அடைத்து அடைத்துப் புடைவை கள் எல்லாவித வர்ணங்களிலும் இருந்தன. எழுதுவதற்கு வாகான மேஜையில் புத்தகங்கள் இருந்தன. கலீல் கிப்ரான். I am ok. you're ok... நாற்காலியின் முதுகில் ஒரு புடைவை கொச கொச என்று கலைந்து கிடந்தது. அதன் விலைச்சீட்டுகூட நீக்கப்படவில்லை. கீழே சில உள்ளாடைகள் கிடந்தன. மேஜை டிராயரைத் திறந்தேன். ரூபாய் நோட்டுகள், சில்லரை, மாத்திரை சீசாக்கள். ஒன்றை எடுத்துப் பார்த்தேன். செக்கோனால். ஒரு டயரி, 1976. பிரித்துப் பார்த்தேன். ம்ஹூம். ஒரு தாள்கூட எழுதவில்லை. அறையில் பெண்மை தெரிந்தது. அலட்சியம் கோபம்... ஓரத்தில் கட்டில். ஒற்றைப் படுக்கை. தையல் மிஷின்.

சுவரில் தொங்கிய போட்டோவைப் பார்த்து, 'இவள்தானா?' என்றேன், கண்களை வெயிலுக்குச் சற்றுக் குறுக்கிக்கொண்டு.

'இதுதான் ப்ரதிமா. இந்த போட்டோ சரியாக விழவில்லை. என்னிடம் நிறைய போட்டோக்கள் இருக்கின்றன. அதில் ஒன்று தருகிறேன். என்லார்ஜ் பண்ணினதாகத் தருகிறேன். அடையாளம் கண்டுபிடிக்க உதவியாக இருக்கும்.'

'எவ்வளவு உயரம் இருப்பாள்.'

'அதிக உயரம் இல்லை. ஐந்து இரண்டு, ஐந்து மூன்று இருக்கலாம்.'

'நிறம்!'

'என் நிறம் ஏறக்குறைய.'

நல்ல சிவப்பு என்று அர்த்தம். போட்டோவைப் பார்த்தேன்.

'மூக்கில் ஏதோ அணிந்திருக்கிறாளே, மூக்கு குத்தியிருக்கிறதா?'

அவன் யோசித்து, 'ஆம்,' என்றான்.

'வலது மூக்கு?'

மறுபடி யோசித்து, 'ஆம்' என்றான்.

'வேறு ஏதாவது அடையாளங்கள்?'

'வேறு நிறைய அடையாளங்கள் இருக்கின்றன. பார்க்க முடியாத இடங்களில்.'

'வேண்டாம். தேவையில்லை. நல்ல போட்டோ ஒன்று கொடுக்கிறீர்களா?'

'எடுத்து வரட்டுமா?

'ப்ளீஸ்.'

அவன் போனதும் விரைவில் செயல்பட்டேன். ஒரு பெண் எதையாவது மறைக்க நினைத்தால் எங்கெங்கெல்லாம் மறைப்பாள்? அத்தனை டிராயர்களையும் திறந்தேன். அத்தனை புடைவைகளின் மத்தியிலும் கை வைத்துப் பார்த்தேன். அலமாரியில்

நியூஸ்பேப்பர் விரிப்புகளுக்கு அடியில் விரல்களை ஓட்டிப் பார்த்தேன். மேல்தட்டில் ஒரு சிறிய கவர் இருந்தது. அதைத் திறந்தேன். சில போட்டோக்களின் நெகட்டிவ்கள் இருந்தன. அவற்றைப் பையில் திணித்துக்கொண்டேன்.

தையல் மிஷின் பாதி தைத்து நின்றிருந்தது. நீலத் துணியில் எம்ப்ராய்டரி, கத்திரிக்கோல்... ஒரு சிறு காகிதம்... செய்தித் தாளிலிருந்து வெட்டி எடுக்கப்பட்ட பகுதி. அதை எடுத்துப் பத்திரப்படுத்திக்கொண்டேன்.

'யார்ரா நீ!'

திடுக்கிட்டேன். திரும்பினேன். இவர்தான் சாமிநாதனின் சித்தப்பாவா?

'இந்த ரூமை யார் திறந்தா? யார் நீ? எப்படிடா நுழைஞ்சே? டேய் சாமி!'

'வணக்கம். என் பெயர் கணேஷ். நான் ஒரு லாயர்.'

'லாயரா?'

'ஆம்.'

'சாமி வரவழைத்தானா?'

'ஆம்.'

'இந்த ரூம்லே என்ன நோண்டிக்கொண்டிருக்கிறாய்? எனக்குத் தெரியாமல் இந்த வீட்டில் என்னென்னவோ நடந்து கொண்டிருக் கிறது. டேய் சாமி!'

அந்த 'டேய் சாமி' ஹாலில் மிகக் கோபத்துடன் எதிரொலித்தது. சாமிநாதனின் சித்தப்பாவுக்கு அறுபது வயதிருக்கலாம். புருவங்கள் கோபத்தில் சுருங்கி கண்களில் கனல் தெறித்தது. என்னைப் பார்த்த பார்வையில் வெறுப்பு தெரிந்தாலும் அவர் தசைகள் எல்லாம் சுதாரித்துக்கொள்ளும் சமயம் அழகாகவே இருப்பார் என்று தோன்றியது. ஆஜானுபாகு. உயரத்தில் சாமிநாதனைவிட நாலு அங்குலம் அதிகம். வழுக்கை முழுவதாக விழாமல் நல்ல வெண்மையான கிராப். அது ஏறக்குறைய தற்கால இளைஞர்கள்போல் பின்பக்கம் அடர்த்தியாகக்கூட

இருந்தது. அகன்ற நெற்றி. நடு சென்ட்டரில் குங்குமப் பொட்டு. நாசியின் இடது பக்கத்தில் ஒரு பெரிய மச்சம். மெல்லிய உதடுகள். உதடுகளுக்குக்கீழ் தாராளமாகத் தாடை... மடிப்பில்லாத கழுத்து. பவள மாலை ஒன்று. வெள்ளைச் சட்டை, வேஷ்டி.

சாமிநாதன் உள்ளே நுழைந்து அவரைக் கண்டு திடுக்கிட்டான். அவசர அவசரமாக ப்ரதிமாவின் போட்டோவை மறைத்தான். 'என்னடா சாமி இதெல்லாம்? வக்கீலை எதற்கு வரவழைத்திருக்கே? இந்த ரூம்லே இவன் என்ன செய்கிறான்? உனக்கு என்ன பைத்தியம் பிடித்துவிட்டதா? புதுசா மனிதர்கள் வந்தா ப்ரேயர் ஹாலில் இருக்க வைக்கவேண்டும் என்று சொல்லியிருக்கிறேனா இல்லையா?'

ப்ரேயர் ஹாலா அது...

'இல்லை சித்தப்பா. இவர் இவர் வந்து வந்து...ப்ரதிமாவை...'

நான் தயங்காமல், 'சாமிநாதன், பெரியவரிடம் உண்மையைச் சொல்லிவிடுவது நல்லது. என் நிலைமையும் தெளிவாகும். திருடனைப் பார்ப்பதுபோல பார்க்கிறார்' என்றேன்.

'என்னடா இது?'

சாமிநாதன் எச்சிலை விழுங்கிக்கொண்டான். நான் சொல்லிவிட்டேன். 'சார்! சாமிநாதன் மனைவி ப்ரதிமாவைக் கண்டு பிடிக்க உதவ நான் வந்திருக்கிறேன்.'

சித்தப்பா சாமிநாதனைப் பார்த்து, 'அச்...சா' என்று சிரித்தார். சாமிநாதன் நிலம் நோக்கினான். 'என்ன திடீர் என்று பொண்டாட்டி மேலே இண்ட்ரஸ்ட்! மறுபடி அந்தத் தேவடியாளிடம் குடித்தனம் பண்ணிப் பார்க்கலாம் என்று உத்தேசமா?'

'வந்து... வந்து...'

'இல்லை, அவளை விவாகரத்து செய்வதற்கு' என்றேன்.

'விவாகரத்தா! எதற்கு?'

சாமிநாதன் அச்சத்துடன் என்னைப் பார்த்தான். சொல்லாதே என்றன அவன் கண்கள். நான் பெரியவரை நேராகப் பார்த்தேன்.

'சார், சாமிநாதன் போன்ற வெகுளித்தனமாக ஆசாமியின் வாழ்க்கையில் சந்தோஷம் இவ்வளவு சீக்கிரம் முடிந்து விடலாமா?'

'வாழ்க்கையில் சந்தோஷம் பொண்டாட்டியை அப்பப்போ தொட்டுத் தொட்டுப் பார்ப்பதில்தான் இருக்கிறது என்கிறாயா?'

'ஒரு சாதாரண மனிதனுக்கு அதுவும் ஒரு முக்கியமான சந்தோஷ மில்லையா?'

'எது செக்ஸா? ஹா!'

'செக்ஸ் என்றால் விலைக்குக் கிடைக்கக்கூடிய சமாசாரங்களைச் சொல்லவில்லை. கணவன் மனைவி உறவு, அதில் இருக்கும் பிரத்தியேக விஷயங்கள், கவர்ச்சிகள் அலுப்புகள் ஆனந்தங் கள்...'

'நீங்கள் எல்லோருமே ஞானம் இல்லாதவர்கள். இப்போது நீ சொல்கிறதைப் பார்த்தால் சாமி விவாகரத்து பண்ணிவிட்டு மறு கல்யாணம் செய்துகொள்ளப் போகிறானா?'

'ஆம்.'

'இன்னொரு பிசாசையா?'

'சித்தப்பா, இந்தத் தடவை அப்படி நேராது சித்தப்பா.'

'டேய், எனக்குத் தெரியாதா? நீ அவள் பின்னால் அலைந்து கூஜா பிடித்ததெல்லாம் எதற்காக?' இதற்கு இரண்டு விரலை ஒட்ட வைத்து சற்று முறுக்கிக் காட்டினார். 'பதினைந்து நாளைக்கு இது இல்லை என்றால் சாமிக்கு இருப்புக் கொள்ளாது.'

'சேச்சே, அப்படி இல்லை சித்தப்பா.'

'காய்ச்ச பலாவின் கனியுண்ண மாட்டாமல் ஈச்சம் பழத்துக்கு இடர் உற்றவாறே என்று திருமூலர் சொல்லியிருக்கிறது போல, எக்கேடும் கெட்டுப்போடா! ஏன்யா வக்கீல், நீ போறதுக்கு முன்னால் என்னைப் பார்த்துவிட்டுப் போ' என்று அறையை விட்டு வெளியே சென்றார்.

என்னைப் பார்த்துச் சிரித்தான் சாமிநாதன். 'வெளியிலே இப்படித்தான் ரஃபாப் பேசுவார். அசிங்கமாக் கூடப் பேசுவார்.

உள்ளுக்குள்ளே எனக்காக ரொம்ப ஃபீல் பண்ணுகிறார். இரண்டாவது கல்யாணத்துக்கு எதிர்ப்பே தெரிவிக்கவில்லை பார்த்தீர்களா? கொஞ்சம் விரக்தியாக பேசினாரே தவிர உள்ளூர ஆதரிக்கிறார்.'

'உங்க சித்தப்பா என்ன தொழில் செய்கிறார்?'

'சும்மாதான் இருக்கிறார்.'

'என்ன தொழில் செய்தார்?'

'காண்ட்ராக்டராக இருந்தார். நிறையச் சம்பாதித்தார். கடைசி காலத்திலே சங்கத்தில் ரொம்ப ஆழ்ந்து விட்டார். கம்ப்ளீட்டாக மாறிவிட்டார்.'

'சங்கமா!'

'சங்கம் தெரியாது? இர்மா என்று கேள்விப்பட்டதில்லை? இண்டர்நேஷனல் ரிஸர்ச் அண்ட் மெடிட்டேஷன் அஸோஸியேஷன் - இர்மா.'

'தெரியாது. என்ன செய்கிறார்கள்?'

'மனிதர்களுக்கு நன்மை. சங்கத்தைப் பற்றி அவரிடம் கேட்டுப் பாருங்கள். ஒரு மணி நேரம் பேசுவார். எல்லாம் தர்க்கப்படி நியாயமாக இருக்கும்.'

தருணா வந்தாள். வெண்மையாகப் புடைவை கட்டி இருந்தாள். நெற்றியில் பெரிசாகக் குங்குமம் இட்டிருந்தாள். தலையில் பூச்சூடி இருந்தாள். 'கூப்பிடுகிறார்' என்றாள் சாமிநாதனைப் பார்த்து.

'ஒரு நிமிஷம்' என்று சாமிநாதன் வெளியே சென்றான். தருணா நின்றாள்.

நான் அவளைப் பார்த்து, 'ரிமார்க்கபிள்' என்றேன்.

'என்ன?' என்றாள்.

'உடை மாற்றம். தூய்மையான கன்னிகாஸ்திரீபோல இருக்கிறீர்கள்!'

'நான் தூய்மையான கன்னிகாஸ்திரீதான்! என்னைப் பற்றி ஏதாவது பேச்சு வந்ததா?'

'இல்லை' என்றேன்.

'இந்த விவகாரம் சரியாகத் தீர்கிறவரை என் பெயர் அடிபட வேண்டாம்.'

'பெரியவருக்கு உங்களைப் பற்றித் தெரியாது என்கிறீர்களா?'

'தெரியாது. ஏன்?'

'அப்படி ஒன்றும் தெரியாதவரில்லை அவர்.'

'இல்லை. நிச்சயம் அவருக்குத் தெரியாது. நான் இங்கு வேலைக்கு வந்திருக்கிறேன். சாமியுடன் சினேகம் வைத்திருக்கிறேன் என்று தெரிந்தால் என்னைத் துரத்திவிடுவார். தயவு செய்து அதைச் சொல்லிவிடாதீர்கள்.'

'எப்போதாவது சொல்லித்தானே ஆகவேண்டும்?'

'இப்போது வேண்டாம்.'

'தருணா!' என்று அதட்டல் குரல் கேட்டது. ஓடினாள்.

நான் அந்த அறையை மேலும் ஆராயத் தலைப்பட்டேன். அழகான மெல்லிய நீலத்தில் ஒரு லெட்டர் பேட் இருந்தது. அதன் மேல் பக்கத்தை, அது வெற்றுத் தாளாக இருந்தாலும், கவனமாக எடுத்து மடித்துப் பைக்குள் போட்டுக்கொண்டேன்.

'ஏதாவது கிடைத்ததா?' என்று குரல் கேட்டுத் திரும்பினேன். தருணா மறுபடி.

'பார்க்கலாம்' என்றேன்.

'உங்களைப் பெரியவர் கூப்பிடுகிறார்.'

பின் சென்றேன். அவள் முதுகை நன்றாகப் போர்த்தியிருந்தாள். காரணம் அவள் அணிந்திருந்த ஜாக்கெட் முதுகில் அதிகம் சரிந்திருந்ததை மறைக்க என்று தோன்றியது. இந்த வீட்டில் மறைந்த விஷயங்கள் நிறைய இருக்கும்போல என்று தோன்றியது. திருமூலர் மேற்கோள் காட்டும், பாப் சங்கீதத்தை ரசிக்கும்

சித்தப்பா. இர்மா! அந்த இரண்டு விரல்கள். தருணாவின் குரலில் இருந்த பயம். கலீல் கிப்ரான் வாசிக்கும் ப்ரதிமா! சம்திங் ராங். ப்ரதிமாவைப் பார்க்க என்னுள் ஆர்வம் மிகுந்தது.

அந்த அறை வீட்டின் பின்புறம் இருந்தது. எதிர்ச் சுவருக்குப் பதிலாக முழுவதும் கண்ணாடி. ஃப்ரெஞ்ச் விண்டோ என்று மேல் நாட்டில் சொல்வார்களே அது போல, கண்ணாடியின் திரைகள் விலகி திருமூலர் நகரின் இருமருங்கு வீடுகளும் தெரிந்தன. மங்கும் மாலை வெளிச்சத்தில் நிறைய பதினைந்து வயதுப் பெண்கள் விளையாடிக்கொண்டிருந்தார்கள். அவர்களும் தருணா போல புடைவை அணிந்திருந்தார்களோ என்று சந்தேகம் ஏற்பட்டது. அவர்கள் விளையாட்டு மௌனப்படம் போலத் தெரிந்தது. கெட்டியான கண்ணாடி. வெளிச் சப்தங்கள் கேட்காது.

இடது பக்கச் சுவரில் பிரம்மாண்டமான அலமாரி நிறையப் புத்தகங்கள். எல்லாவற்றுக்கும் ஒரே செங்கல் வர்ண முதுகுகள். அழகாக பைண்டு செய்யப்பட்டு, தங்க நிற எழுத்துகளில் தத்தம் பெயர்களை அறிவித்தன. அறையின் மூலையுடன் ஒத்துழைத்து வளைந்திருந்த சோபாவில் பெரியவர் உட்கார்ந்திருந்தார். தருணா இரண்டு வெள்ளித் தம்ளர்களில் பால் கொண்டுவந்து கொடுத்தாள். ஒரு தட்டில் பேரீச்சம் பழங்கள் இருந்தன. தேர்ந்த பாதாம் பருப்புகளும் அக்ரூட் கொட்டைகளும் இருந்தன.

'சாப்பிடு. உடம்புக்கு நல்லது' என்றார். ஓர் அக்ரூட்டைச் சடக்கென்று கடித்தார். எனக்குப் பல் வலித்தது. 'சாமி, நீ போடா' என்றார். அவன் மரியாதையுடன் விலகினான். தருணா சாமிநாதனைக் கவனிக்கவே இல்லை. நின்றுகொண்டிருந்தாள். முகத்தில் எவ்விதச் சலனமும் இல்லாமல்.

'தருணா, அந்த லெட்டரை டைப் அடித்து விட்டாயா?' என்றார்.

'அடித்தாகிவிட்டது அப்பா' - அப்பாவா!

'நீ வெளியிலே இரு' என்றார். சென்றாள்.

'சொல்லு' என்றார்.

'நீங்கள்தான் சொல்லவேண்டும்.'

'விவாகரத்து செய்ய முடியும் என்கிறாயா?'

'கொஞ்சம் கஷ்டம்.'

'இவன் குடித்தனம் செய்து ஒரு பிள்ளையைப் பெற்றெடுப்பான் என்று கனவு கண்டேன். ஹூம்! அந்தப் பெண்ணுக்குச் சனி பிடித்துவிட்டது. அவள் எங்கிருக்கிறாள் என்று கண்டுபிடித்து விடுவாயா?'

'முயற்சி செய்கிறேன். முடியும் என நினைக்கிறேன்.'

'நீயே எல்லா விவகாரத்தையும் தீர்த்துவிடு. பணம் வேண்டுமா?'

'தேவைப்படும்போது வாங்கிக்கொள்கிறேன்.'

'அவள் பின்னாலேயே சுற்றிக்கொண்டிருந்தான். என்ன என்னவோ டிரஸ் போட்டுக்கொள்வாள். எங்கே எங்கேயோ போவாள். வீனஸின் ஆதிக்கம் ஜாஸ்தி அவள் ஜாதகத்தில். மே மாதம் பிறந்தவள். விண் என்று இருந்தாள். இவன் கழுத்தில் பட்டை கட்டாத குறை.'

'அவர்கள் விவாகம் உங்கள் சம்மதத்துடன்தான் நிகழ்ந்தது என்று சாமிநாதன் சொன்னாரே?'

'ஆம், அவள் ஜாதகம் உத்தமமான ஜாதகம். பொருத்தம் எல்லாம் பார்த்துத்தான் செய்தேன். தோஷம் எதுவும் இல்லை. எங்கேயோ தப்பு நேர்ந்துவிட்டது. அதைவிட சாமியின் ஜாதகம் எந்தப் பெண் தோஷத்தையும் சுட்டெரித்துச் சாப்பிட்டுவிடும். சூரியனைப் போல தகதகக்கிற ஜாதகம். உனக்கு அஸ்ட்ராலஜி பற்றித் தெரியுமா?'

'தெரியாது. ஒன்றும் தெரியாது.'

'சாமிக்குப் பிறக்கப்போகிறவன் ஒரு அவதார புருஷனாகப் பிறக்கப்போகிறான். அவன் ஜாதகத்தில் சுத்தமான அறிகுறிகள் இருக்கின்றன. அந்தப் பெண் இவனிடம் பிள்ளை பெற்றுக் கொண்டிருந்தால்... அதுதான் நடக்கவில்லையே. நீ சொல்வது கூடச் சரிதான். சாமி மறு கல்யாணம் செய்து கொள்ளத்தான் வேண்டும், வம்ச விருத்திக்காகவாவது.'

'அவதார புருஷன் என்றால் என்ன?'

'ஒரு மகான். ஒரு தேவன். தேவாம்சம் பொருந்திய மனிதன். துல்யமாக ஜாதகத்தில் இருக்கிறது.'

விபரீதக் கோட்பாடு

'ராமகிருஷ்ணர், காந்தி போலவா?'

'அவர்கள் எல்லாம் அவதார புருஷர்கள் இல்லை.'

'பின்?'

'நான் சொல்லும் அவதார புருஷன் இனிமேல்தான் ஜனிக்கப் போகிறான். அவனிடம் விஸ்வ சக்திக்கு விடை இருக்கும்.'

உரையாடல் கொஞ்சம் அத்துமீறி உபயோகமில்லாமல் சென்று கொண்டிருப்பதை உணர்ந்து லைனை மாற்றினேன்.

'ப்ரதிமா எங்கே போயிருப்பாள் என்று உங்களுக்குத் தோன்று கிறது?'

'எனக்கு ஒன்றும் தோன்றவில்லை. என் கவலை எல்லாம் இந்த இளிச்சவாயன்மேல்தான். எனக்குச் சொந்தப் பிள்ளை கிடை யாது. இவன் அப்பன் சின்ன வயசிலேயே இவனை என்னிடம் விட்டுவிட்டுச் சென்றுவிட்டான். அப்பன் சீட்டாடுவான். ரேஸுக்குப் போவான். எந்தெந்தக் கழிசடையையோ வீட்டுக்குள் சேர்த்தான். வியாதி வந்து செத்துப் போனான். பிள்ளையிடம் அப்பன் குணம் படாமல் போர்த்தி வளர்த்தேன். ரொம்பச் சாதுவாக சாம்பிராணியாக இருக்கிறான். இவனுக்குப் பிறக்கப்போகிறவன் மேல்தான் என் கவலை எல்லாம். அவ னுக்குத்தான் என் சொத்தும் சுகமும் எஸ்டேட்டும். பேரனுக்குப் பேர்கூட வைத்து விட்டேன்... சக்கரவர்த்தி!'

நான் எழுந்து விடை பெற்றுக்கொண்டேன்.

'எப்படியாவது விஷயத்தை முடித்து விடு. அவள் எவ்வளவு பணம் கேட்டாலும் கொடுத்துவிடலாம். ஏழரை நாட்டுச் சனி ஆளைவிட்டால் சரி.'

'முயற்சி பண்ணுகிறேன்.'

'உனக்குச் சங்கத்தைப் பற்றித் தெரியுமா?'

'இர்மா?'

'ஆம்.'

'சாமிநாதன் ஏதோ சொன்னார். நான் மற்றொரு சமயம் வரும் போது கேட்டுக்கொள்கிறேன்.' ஜகா வாங்கினேன்.

'உனக்குச் சொல்ல நேரமில்லை எனக்கு. இந்தப் பிரசுரத்தைப் படித்துப் பார். நாங்கள் எவ்வளவு உத்தமமான காரியம் செய்கிறோம் என்று தெரியும். எதற்குச் சொல்ல வந்தேன் என்றால் எங்களுக்கு ஒரு ப்ராப்பர்ட்டி கேஸ் இருக்கிறது. அதற்கும் உன் உதவி தேவையாக இருக்கும்.'

'செய்கிறேன். வரட்டுமா?'

'தருணா!'

உடனே வந்தாள். கேட்டுக்கொண்டிருந்திருப்பாளோ?

'வக்கீலுக்குக் கார் அனுப்பு. என்ன இது, பால் சாப்பிடாமல் அப்படியே வைத்துவிட்டாயே?'

'பேச்சு சுவாரஸ்யத்தில்...'

'பால் சாப்பிடப்பா. காப்பி ஒரு மாயை. பால் தேவபானம்.'

தேவபானம் சூடு ஆறியிருந்தது.

3

வஸந்த் இடது கையில் ஒரு காப்பிக் கோப்பையின் காதைப் பிடித்துக்கொண்டு, வலது கையில் ஒரு கடித்த பிஸ்கட் வைத்துக் கொண்டு, தரையில் விரித்திருந்த செய்தித்தாளை நின்று கொண்டே படித்துக்கொண்டிருந்தான்.

'என்ன பாஸ், இவ்வளவு நேரம்? நாராயண ரெட்டி இத்தனை நேரம் காத்திருந்தான். அவன் கேஸ் இருபத்திரண்டாம் தேதிக்குப் போஸ்ட் ஆகியிருக்கிறது... தருணாவைப் பார்த்தீர்களா?'

'தருணா அந்த வீட்டில் பெரியவருக்கு செகரட்டரியாக இருக்கிறாள். அட சட்!'

'என்ன?'

'பெரியவரின் பெயர் கேட்க மறந்துவிட்டேன்.'

'நான் சொல்கிறேன். சேஷகிரி.'

'எப்படித் தெரியும்?'

'நேற்று தருணாவை என்னிடம் தனியாக விட்டீர்களே, மேலே கை வைக்க முடியாவிட்டாலும் கொஞ்சம் மேட்டராவது சேகரித்தேன்.'

'உன்னாலேயே எனக்குப் பல கேஸ்கள் போகப் போகின்றன. ஏன் இப்படிப் பெண் பைத்தியம் பிடித்து அலைகிறாய்?'

'கல்யாணத்துக்கு ப்ராக்டிஸ் பாஸ்.'

'உன்னைக் கல்யாணம் செய்துகொள்ளப்போகிறவளிடம் அத்தனையும் சொல்லிவிடப் போகிறேன்.'

'சான்ஸே இல்லை. சேஷகிரியைப் பார்த்தீர்களா?'

'சேஷகிரி சுவாமிகள்.'

'சாமியாரா!'

'சாமியார் போலத்தான் பேசுகிறார். திருமூலர் பாட்டு, ஜாதகம், அஸ்ட்ராலஜி, அவதார புருஷன், இர்மா...'

'இர்மா?'

'இந்தப் பிரசுரத்தைச் சமயம் கிடைக்கும்போது படி.'

'இண்டர்நேஷனல் ரிஸர்ச் அண்ட் மெடிட்டேஷன் அஸோஸி யேஷன். இப்ப இந்த மாதிரி ஆட்களை எல்லாம் உள்ளே தள்ளு கிறார்களே!'

'அது ஏதோ உபத்திரவமில்லாத சங்கம் போல இருக்கிறது... ஆனால் எக்கச்சக்கப் பணம். பாதாம் பருப்பிலேயே குளிக்கிறான் மனுஷன். அறுபது வயது இருக்கும். சடக்கென்று அக்ரூட் கொட்டையைக் கடிக்கிறான்.'

'தருணா அவருக்குத்தான் செகரட்டரியா?'

'ஆம், தருணா அங்கே வேறு விதமாக இருக்கிறாள். பவ்யமாக உடம்பெல்லாம் போர்த்தி...'

'எக்ஸைட்டிங்! அப்புறம் ப்ரதிமாவைப் பற்றி ஏதாவது தெரிந்ததா?'

'அதற்கு முன் தருணாவை நேற்றுத் தனியாக அழைத்துச் சென்றாயே, என்ன கேட்டாய்?'

'என்ன கேட்டாயா, என்ன பார்த்தாயா?'

'நீ பார்க்கிறதைப் பற்றி எனக்குத் தெரியாதா...'

விபரீதக் கோட்பாடு ● 35

'தருணாவும் அந்த மாதிரி ஒரு டாலர் அணிந்திருக்கிறாள். ஜாக்கெட்டுக்குள் மார்பைத் தொட்டுக்கொண்டு இருந்தது. அதே சூலம், அரை வட்டம்.'

'அந்த வீட்டு வாசலில்கூடப் பார்த்தேன்.'

வஸந்த் அந்தப் பிரசுரத்தைக் காட்டி, 'இதைப் பாருங்கள். இர்மாவின் சின்னம் போல இருக்கிறது.'

'தருணாவைப் பற்றி மேலே சொல்.'

'சரியான டஃப் அந்தப் பெண். அவளுக்கு என்ன வேண்டும், யாருக்கு எதைக் கொடுக்கவேண்டும் என்பதை நன்றாகத் தெரிந்து வைத்திருக்கிறாள். ஷி இஸ் ஆஃப்டர் தட் மேன் சாமிநாதன். சாமிநாதனிடம் என்னத்தைக் கண்டாளோ? எத்தனை பேர் எலிஜிபிள் பாச்சலர்கள் இருக்கிறோம்?'

'உன்னிடம் அந்த மாதிரி கார் இருக்கிறதா? அந்த மாதிரி சித்தப்பா இருக்கிறாரா?'

'நிறையப் பணம்?'

'சந்தேகமில்லாமல். சித்தப்பா கொஞ்சம் கிராக்குத்தனமாகப் பேசுகிறார். ஜாதகம் என்கிறார். அவதார புருஷன் என்கிறார்... ஆனால் சொத்து நிறைய இருக்கும் என்று தோன்றுகிறது. வீடு இரண்டரை லட்சம் பெறும்.'

'தருணா சரியான புளியங்கொம்பாகத்தான் பிடித்திருக்கிறாள். அதான் சாமிநாதனைக் கல்யாணம் செய்துகொள்வதற்கு அவ்வளவு ஆர்வமாக இருக்கிறாள். பாஸ், இதைப் பார்த்தீர்களா? அந்தப் பெண் எவ்வளவு சாமர்த்தியம் பாருங்கள். ப்ரதிமாவிடம் லீகலாக டிவோர்ஸ் வாங்காமல் சாமிநாதனை டச் பண்ண விடமாட்டேன் என்கிறாள். அதான் விவாகரத்துக்கு அலையாய் அலைகிறான். கெட்டிக்காரப் பெண்...'

'நன்றாக வேஷம் போடுகிறாள். அங்கே போனால் சீதாதேவி மாதிரி நிற்கிறாள்.'

'அதிர்ஷ்டமும் இருக்கிறது. மவுண்ட் ரோடில் ஒரு ரப்பர் கம்பெனியில் ஆபீசில் ஸ்டெனோவாக இருந்திருக்கிறாள். சம்பளம் அதிகம் கேட்டாளாம். முதலாளி தொடையில் கை

வைத்தானாம். அவன் இவள் தொடையில் கை வைத்தால் இவள் அவன் பையில் கை வைக்க வேண்டியதுதானே? ரிஸைன் பண்ணி விட்டாளாம். கண்ணகி! அப்புறம் வேலைக்கு லோல் பட்டிருக்கிறாள். பெரிய ஃபேமிலி. கிட்டக்கிட்ட நெருக்கமாகத் தம்பி தங்கைகளாம். அப்பா இல்லையாம். அம்மா அப்பளம் இடுகிறாளாம். யூஷுவல் ஸ்டோரி.'

'எப்படி சேஷகிரி வீட்டில் புகுந்தாளாம்?'

'செய்தித் தாளில் ஒரு வினோத விளம்பரம் வந்ததாம். '1955-ம் வருஷம் டிசம்பர் மாதம் 21-ம் தேதி பிறந்த பெண் செகரட்டரி தேவை, நல்ல சம்பளம்' என்று. இவள் பிறந்த தேதி அதுதான், போயிருக்கிறாள். சம்பளம் அதிகம் என்றால் போகாமல் இருப்பாளோ? 1955-ம் வருஷம் டிசம்பர் மாதம் இருபத்து ஒன்றாம் தேதி பிறந்த பெண் குட்டிகள் சென்னையில் ஒரு நூறு பேராவது இருந்திருக்கிறார்கள். அவ்வளவு பேரும் கறுப்பும் சிவப்பும் உயரமும் குட்டையுமாக வந்திருந்தார்களாம். இண்டர்வ்யூவில் ஒரே ஒரு கேள்விதான் கேட்டார்களாம். நீ பிறந்த நேரம் என்ன என்று. இவள் மத்தியானம் பன்னிரண்டரைக்குப் பிறந்திருக்கிறாள். சொன்னாளாம். 'நாளைக்கே வேலைக்கு வந்து சேர்' என்று ஆர்டர் கிடைத்ததாம். இருபதாம் நூற்றாண்டில் இந்த மாதிரி க்ராக்குகளிடம்தான் பணம் கொட்டிக் கிடக்கிறது!'

'ஜோஸ்யத்தில் அவருக்கு ரொம்ப நம்பிக்கை என்பது இன்று பேசிக் கொண்டிருந்ததிலிருந்து எனக்குத் தெரிந்தது.'

'செகரட்டரிக்குக் கூடவா ஜாதகம், பிறந்த தேதி, நேரம் பார்க்க வேண்டும்!'

'வினோதமான ஆசாமிதான்.'

'நமக்கென்ன... நாய் விற்ற காசு குரைக்கவா செய்யும்?'

'அட பழமொழி எல்லாம் பிரமாதமாகப் போடுகிறாயே.'

'வயசாகி விட்டது. ப்ரதிமாவைக் கண்டுபிடிக்க வேண்டியது தானே நம் வேலை? இல்லை. அதுகூட மாறியிருக்கிறதா?'

'இல்லை.'

‘ஏதேனும் தடயங்கள் அகப்பட்டனவா?’

‘இவ்வளவுதான்’ என்று என் பையிலிருந்து நெகட்டிவ் போட்டாக்கள், அந்தச் செய்தித்தாள் வெட்டு, நீல வெற்றுக் காகிதம் மூன்றையும் மேஜைமேல் வைத்தேன். ‘தற்போதைக்கு இவைதான். இவற்றை வைத்துக்கொண்டு இவளைக் கண்டு பிடிக்க வேண்டும்’ என்று போட்டாவை எடுத்து வைத்தேன்.

‘இவள்தான் ப்ரதீமாவா? பரவாயில்லையே. இது என்ன நெகட்டிவ்கள்?’

‘ப்ரதிமாவின் அறையில் அலமாரியில் இருந்தன. இவற்றை யெல்லாம் கொஞ்சம் பிரிண்ட் எடுத்துக்கொண்டு வா. பேப்பர் அடியில் மறைத்து வைத்திருந்தது.’

வஸந்த் அந்த நெகட்டிவ்களை வெளிச்சத்தில் பார்த்தான். விசிலடித்தான்.

‘ஏன்?’

‘இந்த நெகட்டிவ்களைச் சரியாகப் பார்த்தீர்களா?’

‘இல்லை, ஏன்?’

‘இதெல்லாம் ப்ரதிமாவாக இருந்தால், அவள் உடம்பைப் பற்றி நாம் நிறையத் தெரிந்துகொள்ளலாம்! கூட யார்?’

‘கொடு, பார்க்கலாம்.’

அந்த நெகட்டிவ்களின் கறுப்பு வெளுப்புத் தலைகீழிலும், அவற்றில் ஓர் ஆணும் பெண்ணும் பலவித நிலைகளில் இருந்தார் கள். கேமராவைப் பற்றிக் கவலைப்படவில்லை.

‘இண்ட்ரஸ்டிங்! ப்ரிண்ட் போட்டுப் பார்க்கலாம்.’

‘இதோ, உடனே போகிறேன் பாபு ஸ்டூடியோவிற்கு. பாஸ் சொல்லி நான் மறுக்க முடியுமா?’

‘இரு. பாக்கியையும் பார்த்துவிட்டுப் போ.’

அவன் அந்தச் செய்தித்தாளின் துண்டை எடுத்தான். ‘கிழிந்திருக் கிறது’ என்றான்.

'கிழியாத பாகத்தைப் படி.'

    Wanted a lady teacher in Ma
    private school attached to a large
    estates in South India. Salary nego
    Please apply within ten days to

'அவ்வளவுதானா! பாக்ஸ் நம்பர் இல்லையா?'

'இல்லை. கிழிந்திருக்கிறது.'

'பின்பக்கம் பார்.'

'நீங்கள் சொல்வதற்கு முன்னே பார்த்துக் கொண்டிருக்கிறேன். படிக்கட்டுமா?

    Instance all you have to do is to
    the two screws and fixed on
    tacts become accessible for inspection,

'விளம்பரம்.'

'சே!' என்றேன்.

'ப்ரதிமாவின் அறையில் லெட்டர் பேட் இருந்தது. அதன் மேல் காகிதம் இது. இதை எதற்கு எடுத்துக்கொண்டு வந்திருக்கிறேன் என்பது உன் மர மண்டைக்கு எட்டுகிறதா?'

வஸந்த் கொஞ்சம் யோசித்துவிட்டுப் பிறகு முகம் மலர்ந்தான். 'கில்லாடி பாஸ் நீங்கள்! அவள் கடைசியில் எழுதின கடிதத்தின் எழுத்து அடையாளங்கள் இதில் பதிந்திருக்கலாம்.'

'உனக்கும் மூளை இருக்கிறதே! அந்தக் கடிதத்தில் லேசாக ஷேடு அடித்துப் பார், ஏதாவது தெரிகிறதா என்று.' வஸந்த் பென்சில் சீவ ஆரம்பித்தான்.

'ப்ரதிமா ஏதோ ஒரு பள்ளிக்கு ஆசிரியர் வேலைக்கு மனு போட்டிருக்கிறாள்' என்றேன். A large estates நடுவில் என்ன வார்த்தை இருந்தால் இலக்கணம் சரியாக வரும்?'

'ம்... Large group of estates' என்றான்.

விபரீதக் கோட்பாடு • 39

‘குட்’ என்றேன்.

‘என்ன பிரயோசனம்? சவுத் இண்டியாவில் எத்தனை எஸ்டேட்டுகள் இருக்கின்றன. சவுத் இண்டியா என்றால் தமிழ்நாடு, ஆந்திரா, கேரளா, கர்நாடகம். எஸ்டேட் என்றால் டீ எஸ்டேட்டா, காப்பியா, ஏலக்காயா, புகையிலையா...’

‘டிஃபிகல்ட்’ என்றேன்.

பாக்ஸ் நம்பர் அல்லது செய்தித்தாளின் தேதி தெரிந்தால் கண்டுபிடிக்கலாம்.

வஸந்த் அந்த வெள்ளைக் காகிதத்தின்மேல் திறமையாக பென்சிலின் பட்டைக் கூரினால் வருடிக்கொண்டிருந்தான். விசிலடித்தான். ‘லுக் அட் திஸ், பாஸ்!’ என்றான்.

பென்சில் கோடுகளின் கறுப்புப் பின்னணியில் அந்தக் காகிதத்தின் மேல் பதிந்திருந்த முன் காகிதத்தின் எழுத்துகளின் பள்ளங்கள் வெண்மையாகத் தெரிய ஆரம்பித்தன.

‘படிக்கட்டுமா? க்கும்’ என்றான்.

‘படி.’

‘*பெட்ரோல் செலவு 38*

பிரின்ஸிபல் ஸாரி 178

வர்ஜின் ஸ்ப்ரிங் டவல் 27

லவ்டேல் பர்ஃப்யூம் 35.8

நீலகிரிஸ் காப்பி 6.00

உங்கள் உண்மையுள்ள ஆர்.ப்ரதிமா

செலவுக் கணக்கு’ என்றான் வஸந்த்.

‘மறுபடி படி.’

படித்தான்.

‘வர்ஜின் ஸ்ப்ரிங் டவல்... லவ்டேல் பர்ஃப்யூம் என்றெல்லாம் பெயர் இருக்கிறதா என்ன?’ என்றேன்.

‘இருக்கலாம்.’

'பிரின்ஸிபல் ஸாரி... கொஞ்சம் யோசிக்கவேண்டும்.'

'புரியவில்லை.'

'எனக்கும் புரியவில்லை.'

'ஒரு காரியம் செய்கிறேன். நான் ஸ்டுடியோவிற்கு ஒரு நடை போய்விட்டு வந்து விடுகிறேன். சுடச்சுட ப்ரிண்ட் போட்டுக் கொண்டு வந்து விடுகிறேன்... அதுவரை உங்களுக்கு ஏதாவது தோன்றுகிறதா என்று பாருங்கள்.'

'அந்த போட்டோவைப் பார்த்தே தீரவேண்டும் உனக்கு?'

'அதிலிருந்து ஏதாவது தெரிகிறதா என்று பார்க்கவேண்டாமா?'

'நிறையத் தெரியும், கவலைப்படாதே... ராமகிருஷ்ணாவில் ஒரு காப்பி அனுப்பச் சொல்லு.'

'டன்' என்று சென்றான் வஸந்த்.

அவன் சென்றதும் மறுபடி அந்தப் பட்டியலைப் பார்த்தேன். சற்று யோசித்தேன். செலவு கணக்குதான். பெட்ரோல் செலவு, ஸாரி, டவல், பர்ஃப்யூம், பக்கத்தில் எழுதியிருந்த 'உங்கள் உண்மையுள்ள ப்ரதிமா' என்பது உறுத்தியது. டெலிபோனை எடுத்து டைரக்டரியைப் பிரித்து நேஷனல் காஸ்மெடிக்ஸ் என்கிற கடையின் நம்பரைக் கண்டுபிடித்துச் சுழற்றினேன். பெரிய கடை இது.

'ஒன் மினிட்.'

மற்றொரு குரல், 'குட் ஈவ்னிங். என்ன வேண்டும்?' என்றது.

'பர்ஃப்யூம்' என்றேன்.

'என்ன பிராண்ட்?'

'லவ்டேல் பர்ஃப்யூம்.'

'ஸ்பெல்லிங்?'

'எல்.ஓ.வி.இ.டி.ஏ.எல்.இ'

'ஸாரி, அந்தப் பெயரில் எங்களிடம் பர்ஃப்யூம் எதுவும் கிடையாது.'

'வேறு எந்தக் கடையில் கிடைக்கும்?'

'எனக்குத் தெரிந்தவரையில் அந்தப் பெயரில் பர்ஃப்யூம் எதுவும் இருப்பதாகத் தெரியவில்லை. வெளிநாட்டுச் சரக்காக இருக்கலாம்.'

'விலை 35.80 என்று போட்டிருக்கிறது.'

'இன்ட்டிமேட் ரேவ்லானாக இருக்கலாம்.'

'இல்லை. லவ்டேல்.'

'ஸாரி. முதல் தடவை அந்தப் பெயரைக் கேள்விப்படுகிறேன். எங்கள் கடையில் இந்தியாவில் செய்யப்படும் அத்தனை பர்ஃப்யூம்களும் இருக்கின்றன. லவ்டேல் கிடையாது.'

'தாங்க்ஸ்!'

டெலிபோனை வைத்துவிட்டு மறுபடி யோசித்தேன். பையன் காப்பி கொண்டுவந்து கொடுத்தான்.

'சர்க்கரை போடலை சார்' என்றான்.

மடக்கென்று விழுங்கினேன்.

'வில்ஸ் ஃபில்டரா சார்?' என்றான் பையன். அவனுக்குத் தெரியும் காப்பி சாப்பிட்டதும் ஒன்று பற்ற வைப்பேன் என்று.

'பாக்கெட்டாகவே வாங்கிக்கொண்டு வா' என்றேன்.

அந்த விளம்பரத்தைப் பார்த்தேன். லேடி டீச்சர், பிரைவேட் ஸ்கூல், எஸ்டேட், சவுத் இண்டியா... பேப்பர் துண்டு மஞ்சளாக இருந்தது. சென்ற வருஷம் செய்தித்தாளாக இருக்கலாம். வஸந்தை யூனிவர்சிட்டி லைப்ரரியில் பழைய செய்தித்தாள்கள் வைத்திருப்பார்கள் ஒன்றரை வருஷத்துக்கு - தேடச் சொல்லாம். அச்சைப் பார்த்தால் எக்ஸ்பிரஸ் போல இருந்தது. எக்ஸ்பிரஸ் ஆபிசிலேயே கேட்கலாம். கொஞ்சம் நாளாகும். மறுபடி சாமிநாதனைப் பார்த்து ப்ரதிமாவுடன் அவன் நடத்திய ஒரு வருட சம்பவங்களைக் கேட்க வேண்டும். அதில் எதாவது தெரியும். ஸ்ப்ரிங் டவல் என்று இருக்கிறதா என்ன? பிரின்ஸிபல் ஸாரி என்று இருக்கலாம். ஜெயாபாதுரி ஸாரி என்று இருக்கிறதே... பிரின்ஸிபல்கள் கட்டிக் கொள்ளும் ஸாரி. பிரின்ஸிபல் ஸாரி

அல்லது ஏதாவது பிரின்ஸிபலுக்கு அன்பளிப்புக்காக வாங்கித் தந்த ஸாரியாக இருக்கலாம். ஸ்ப்ரிங் என்கிற கம்பெனியின் டவலாக இருக்கலாம். இருந்தும், செலவுக் கணக்கு எழுதும் போது இப்படியா எழுதுவார்கள்? ஒன்றும் தோன்றவில்லை. சற்று நேரம் கழித்து யோசிக்கலாம் என்று அந்த இர்மா பற்றிய பிரசுரத்தைப் புரட்டினேன்.

நல்ல ஆர்ட் காகிதத்தில் அச்சடித்திருந்தது. இர்மா என்கிற ஸ்தாபனம் சர்வதேச ஸ்தாபனமாம். தியானம் அதன் மூச்சாம். சேவை அதன் பேச்சாம். ஆதரவற்ற பெண்களுக்கு ஒரு பள்ளி. அங்கே ஒரு பஸ் நிலையம். இங்கே ஒரு பால் வழங்கல். யார் யாரோ நிராதரவானவர்களுக்கு எல்லாம் சில்லறைச் சேவைகள். டொனேஷன்கள், வெளி தேசத்திலிருந்து வழங்கல்கள், நியூசிலாந்துக்காரர் ஒருவரின் கடிதம். அமெரிக்க தம்பதி இருவரின் போட்டோ.

படிக்கப் படிக்கத் தூக்கம் வந்தது. மெலிதாகக் கண் அயர்ந்தேன். ப்ரதிமா ஒரு ப்ரின்ஸிபாலுக்கு தன் ஸாரியை அவிழ்த்துக் கட்டி விட்டாள். தன் உடம்பில் ஸ்ப்ரிங் டவலைச் சுற்றிக் கொண்டு கொஞ்சம் பர்ஃப்யூம் தொட்டுக்கொண்டு படுத்துக்கொண்டு என்னைப் போட்டோ எடுங்கள் என்றாள்.

'பாஸ்' என்று லேசாகத் தட்டி எழுப்பினான் வஸந்த்.

'லவ்டேல் பர்ஃப்யூம்' என்றேன்.

'என்ன உளறுகிறீர்கள். இந்த போட்டோக்களைப் பாருங்கள்.'

சிலிர்த்துக் கொண்டேன். வஸந்த் போட்டோக்கள் நிறைந்த உறையை என்முன் எறிந்தான். அவற்றில் ஒன்றை உருவிப் பார்த்தேன். திடுக்கிட்டேன். வஸந்தைப் பார்த்தேன்.

'ஹாட் ஸ்டஃப்!' என்றான்.

நிஜமாகவே ஹாட்தான். அந்தப் போட்டோக்களின் கதாநாயகனும் நாயகியும் சாமிநாதன் - ப்ரதிமா. ஆம். அவள் ப்ரதிமாதான். அந்த முகத்தை அடையாளம் கண்டுகொள்ள முடிந்தது. இதைப் போய் போட்டோ பிடிப்பார்களா?

'எனக்குப் புரியவில்லை வஸந்த்' என்றேன். மற்ற போட்டோக்களைத் தயக்கத்துடன் புரட்டிக்கொண்டே சென்றேன். எல்லாவற்றிலும் இதே சங்கதிதான்.

'என்ன புரியவில்லை' என்றான்.

'வாட் சார்ட் ஆஃப் பர்வர்ஷன் இஸ் திஸ்?'

'பாஸ், இந்த போட்டோக்களில் ஒன்றை கவனித்தீர்களா? ஒன்றாவது ஃப்ளாஷ் போட்டு எடுக்கப்படவில்லை. பொது வாகவே கொஞ்சம் மங்கலாக இருக்கின்றன. டைம் எக்ஸ் போஷர் கொடுத்து எடுத்தாற்போல் சில போட்டோக்களில் அசங்கிக்கூட இருக்கிறார்கள். எனக்கென்னவோ இவர்கள் இருக் கின்ற நிலையைப் பார்த்தால் மறைமுகமான கேமராவினால் இவர்களுக்குத் தெரியாமல் எடுத்திருக்க வேண்டும் என்று தோன்றுகிறது.'

நான் யோசித்து... மறுபடி பார்த்து ('அதிகம் பார்க்காதீர்கள்') 'பாஸிபிள்' என்றேன்.

'இதன் நெகட்டிவ்கள் ப்ரதிமாவின் அறையிலா இருந்தன?'

'ஆம்.'

'ஆச்சரியம். இந்த போட்டோக்களை வைத்துக்கொண்டு ப்ரதிமாவை யாராவது ப்ளாக்மெயில் செய்து பணம் பறித்திருக் கலாம். என்ன சொல்கிறீர்கள்?'

'ம்ஹூம்' என்றேன்.

'ஏன்?'

'கணவனுடன் எடுத்த போட்டோவுக்கு ப்ளாக் மெயில் மதிப்பு எவ்வளவு இருக்கும்? யோசித்துப் பார்.'

'தாலி கட்டின கணவனாக இருந்தாலும் எப்படிப்பட்ட போட்டோக்கள்? வெளியில் தெரிந்தால் வெட்கக்கேடு அல்லவா?'

இருந்தும் எனக்குச் சமாதானமாகவில்லை. ப்ரதிமாவுக்குத் தெரியாமல் இந்த போட்டாக்கள் எடுக்கப்பட்டிருக்கலாம். எடுக்கப்பட்டது ப்ரதிமாவுக்குப் பிறகு தெரிந்து... ம்...'

'தெரிந்து?'

'கதை அத்துடன், நின்றுவிடுகிறது...'

'தானாக இயங்கும் கேமரா மூலம்கூட இப்படி எடுக்கலாம்.'

'ஒரு ஷாட்தான் எடுக்க முடியும். இது ஏதோ கொக்கோக சாஸ்திரப் புத்தகத்துப் படங்கள்போல் ஒரு ரோலே எடுக்கப் பட்டிருக்கிறது... யார்? யார்? ஏன்?'

'அந்த சுவாமிகள்?'

'சே!'

'சாமிநாதனே?'

'ம்ஹூம்.'

'எனக்குத் தெரியும். விடை எங்கிருந்து கிடைக்கும் என்று.'

'ப்ரதிமாவிடமிருந்து.'

'ப்ரதிமா எங்கே?'

'நீங்கள் இன்னும் கண்டுபிடிக்கவில்லையா? அந்தத் தடயங்கள் உபயோகப்படவில்லையா?'

'வெறுப்பேற்றாதே.'

'ஸாரி பாஸ்.'

வஸந்த் மௌனமானான். அந்த போட்டோக்களை எடுத்து விளக்கு வெளிச்சத்தில் நிதானமாகப் பார்க்க ஆரம்பித்தான்.

'உனக்கு வெட்கமே கிடையாது வஸந்த்' என்றேன்.

'போட்டோக்களிலிருந்து ஏதாவது தடயம் கிடைக்கிறதா என்று பார்க்கிறேன். மச்சம் கிச்சம்.'

'செத்து ஒழி.'

என் மனம் மறுபடி ப்ரதிமாவின் அந்த விநோதமான பட்டியலில் தங்கியது.

ப்ரின்ஸிபல் ஸாரி
வர்ஜின் ஸ்ப்ரிங் டவல்
லவ்டேல் பர்ஃப்யூம்
நீலகிரிஸ் காப்பி

என்ன அர்த்தம், என்ன அர்த்தம்...

'ஒரே ஒரு போட்டோதான் சரியாக விழவில்லை' என்றான் வஸந்த்.

'அதற்காக ரொம்ப வருத்தப்படுகிறாய் இல்லையா?'

வஸந்த் சிரித்தான்.

'சிரிக்காதே, எரிச்சலாக வருகிறது. சாமிநாதன் நம் க்ளையண்ட். க்ளையண்டின் அந்தரங்க விஷயங்களைப் பற்றிக் கேலி செய்வது, சிரிப்பது எல்லாம் ஒரு வக்கீலின் குணமல்ல. நீ ஒரு மோசமான வக்கீல். நீ உருப்பட மாட்டாய். அந்த போட்டோக் களைக் கீழே வை. என் கண் முன்னால் அந்த மாதிரி கயமைத்தன மாகச் சிரித்துக்கொண்டு நிற்காதே. கொஞ்ச நேரம் அந்த அறையில் போய் இரு.'

வஸந்த் சற்று ஆச்சரியம் நிறைந்த குரலில், 'ஐ'ம் ஸாரி, ஆனால் நீங்கள் இதை இவ்வளவு சீரியஸாக எடுத்துக்கொள்வீர்கள் என்று நான் நினைக்கவில்லை' என்றான்.

'பின்னே ஒரு மனுஷன் மண்டையைப் போட்டு உடைத்துக் கொண்டிருக்கும்போது ஒரு நிர்வாண போட்டோ சரியாக விழவில்லை என்று அலுத்துக்கொள்கிறாயே? வெட்கமில்லை?'

'யாருக்கு? எனக்கா? இவர்களுக்கா?' மறுபடி சிரித்தான்.

'நான் உன்மேல் இந்த நாற்காலியை எறிவதற்குள் இந்த இடத்தை விட்டு ஒழி!'

அவன் தலையைக் கனமாக ஆட்டிக்கொண்டு அலுத்துக் கொண்டு, 'நான் என்ன தப்பு செய்தேன்? ஒரே ஒரு போட்டோ டபிள் எக்ஸ்போஷர் ஆகியிருக்கிறது என்று சொல்ல வந்தேன்...' என்று அறையை விட்டுக் கிளம்பினான்.

எனக்குள் சட்டென்று பல்ப் எரிந்தது.

'வஸந்த், நில்! என்ன சொன்னாய்?'

அவன் பயந்து நின்றான்.

டபிள் எக்ஸ்போஷர்! ஒன்றின் மேல் ஒன்று! ஆம், அதுதான் பதில்! சே, என்னைப் போல ஒரு முட்டாள், மடையன், தத்தி இருக்க

மாட்டான். எவ்வளவு சாதாரணமாகக் கண்டுபிடிக்க வேண்டி யது! 'வஸந்த் யூ ஆர் எ ஜீனியஸ்!'

வஸந்த் என்னைச் சந்தேகத்துடன் பார்த்து, 'சற்று முன் ஆத்திரத் துடன் பேசினீர்கள், இப்போது புரியாமல் பேசுகிறீர்கள்' என்றான்.

'புரிய வைக்கிறேன்! டபிள் எக்ஸ்போஷர், ஹ! ப்ரில்லியண்ட்'

வஸந்த், நான் கோவையாகப் பேசுவதற்காகக் காத்திருந்தான்.

'அந்தப் பட்டியலைப் பார். பட்டியல் என்ன சொல்கிறது?

பெட்ரோல் செலவு
பிரின்ஸிபல் ஸாரி
வர்ஜின் ஸ்ப்ரிங் டவல்
லவ்டேல் பர்ஃப்யூம்
நீலகிரிஸ் காப்பி
டபிள் எக்ஸ்போஷர்! புரிகிறதா?'

அவன் யோசித்துத் தலையாட்டினான்.

'அது இரண்டு கடிதங்களின் பதிவு! முட்டாளே, அந்த வெள்ளைக் காகிதத்தின் முன் இருந்த இரண்டு காகிதங்களில் எழுதியிருந்த வரிகள் இதில் பதிந்திருக்கின்றன. ஒன்று ஒரு செலவுக் கணக்கு. மற்றொன்று ஒரு விலாசம். பிரித்துக் காட்டுகிறேன் கவனி.

பெட்ரோல்
டவல்
பர்ஃப்யூம்
காப்பி

இதை ஒரு பக்கத்தில் எழுதியிருக்கிறாள்.

அடுத்த பக்கத்தில்,

பிரின்ஸிபல்
வர்ஜின் ஸ்ப்ரிங்
லவ்டேல்
நீலகிரீஸ்

என்று எழுதியிருக்கிறாள். இரண்டும் சேர்ந்து நம் பக்கத்தில் பதிந் திருக்கின்றன!'

வஸந்த் என்னை ஒரு தடவை அயர்ந்து பார்த்தான். 'ஃப்யூ!' என்று மயக்கம் வருவது போல் கண்களைச் செருகி பாவனை செய்தான். 'பாஸ்! நிறைய மீன் சாப்பிடுகிறீர்களா? எங்கிருந்து உங்களுக்கு இந்த...?'

'ஷட் அப்! மேலே நடக்க வேண்டியதைப் பார். அந்த விளம்பர மும் இந்த விலாசமும் பொருந்துகிறது பார். விளம்பரத்தில் தென் இந்தியாவில் எஸ்டேட்டுக்கு ஒரு பெண் டீச்சர் வேண்டும் என்று கேட்டிருந்தது. அதற்கு மனு போட்டிருக்கிறாள் ப்ரதிமா. நீலகிரியில் லவ்டேல் என்ற இடத்தில் வர்ஜின் ஸ்ப்ரிங் என்கிற பள்ளிக்கு எழுதி மனு போட்டிருக்கிறாள். ப்ரதிமா அங்கே இருக்கலாம். யாருக்கு டெலிபோன்?'

'ட்ரங் கால், லவ்டேல் வர்ஜின் ஸ்பிரிங்கின் பிரின்ஸிபாலுக்கு.'

'இந்த ராத்திரி வேளையில் அந்த பிரின்ஸிபால் நல்லா குறட்டை விட்டுத் தூங்கிக்கொண்டிருப்பாள்.'

'அல்லது...'

'மறுபடி ஆரம்பித்தாயா! நாளைக் காலை முதல் காரியமாக அந்தப் பிரின்ஸிபாலை டிரங்க்கில் பிடிக்கவேண்டும். அப்புறம் காட்டமாக பேசியதற்கு ஸாரி. குட்நைட், நீ வீட்டுக்குப் போகலாம்.'

4

'ஹலோ ஓ ஓ...' என்று அடுத்த தெரு ராமகிருஷ்ணா கபே வரை கேட்கும் அளவுக்கு இறைந்தான் வஸந்த். லவ்டேல் பள்ளிக்கு ட்ரங்க் கால் போட்டிருந்தான். அது கோயமுத்தூரோ மேட்டுப் பாளையமோ ஒத்தகமந்தோ என்று எக்ஸ்சேஞ்சுக்கு எக்ஸ்சேஞ்சு தாவிக் கடைசியில் தரிசனம் கிடைத்திருக்கிறது.

'இஸ் தட் வர்ஜின் ஸ்ப்ரிங் ஸ்கூல்?'

'.............'

'அம் ஐ டாக்கிங் டு த பிரின்ஸிபல்?'

'.............'

'குட்மார்னிங்! என் பெயர் வஸந்த். உங்கள் பள்ளியில் ப்ரதிமா என்று ஒரு ஆசிரியை வேலை செய்கிறார்களா?'

என் இதயத் துடிப்பு சற்று நேரம் நின்றது.

'ப்ரதிமா. பி ஆர் ஏ டி ஐ எம் ஏ. பி ஃபார் பீட்டர். இருக்கிறார்களா? அவரைக் கொஞ்சம் கூப்பிட முடியுமா? ப்ளீஸ்.'

'.............'

'பரவாயில்லை, கூப்பிடுங்கள், காத்திருக்கிறேன். சென்னையிலிருந்து கொஞ்சம் அவசரமான விஷயம் பேசவேண்டும் என்று சொல்லுங்கள். ப்ளீஸ்... பாஸ்! பாஸ்! கங்கிராட்ஸ். கைகொடுங்கள். ப்ரதிமா அங்கேதான் இருக்கிறாள்! வகுப்பில் இருக்கிறாளாம். கூப்பிடப் போயிருக்கிறார்கள்.'

'கொடு டெலிபோனை!' என்றேன். டெலிபோனில் ட்ரங்க் காலுக்கே உரிய பற்பல சப்த ஜாலங்கள் கேட்டன. படபடபட்பட படபடபட் என்று டயல் அடிக்கும் சப்தம். வேறு எவருடனோ பேசும் க்ராஸ் டாக்.

'த்ரீ மினிட்ஸ் ப்ளீஸ்' என்று ஆப்பரேட்டரின் குரல்.

'ஐம் வெய்ட்டிங், ப்ளீஸ் கண்டின்யூ த கால்.

என்ன சொல்லப்போகிறேன்? என்ன சொல்ல வேண்டும்? சுருக்கமாகச் சொல்லவேண்டும். அவளை பயப்படுத்தக்கூடாது. நைச்சியம் பண்ண வேண்டும். நான் யார் என்று கேட்டால் சாமிநாதனைப் பற்றிச் சொல்ல... பெண் குரல்.

'ஹலோ!'

'ப்ரதிமா?'

'எஸ்... ப்ரதிமா ஸ்பீக்கிங். யார் அது?'

'என் பெயர் கணேஷ். உங்களிடம் பேசவேண்டும்.'

'பேசிக் கொண்டிருக்கிறீர்களே.'

'ப்ரதிமா, என்னை உங்கள் நண்பன் என்று எடுத்துக் கொள்ளுங்கள். உங்களிடம் சில விஷயங்கள் கேட்க வேண்டும்.'

'எதைப் பற்றி?'

'உங்களுக்கு நல்லது செய்வது பற்றி.'

'புரியவில்லை... ஹலோ, உங்களுக்கும் சாமிநாதனுக்கும் ஏதாவது சம்பந்தம் உண்டா?'

'உண்டு.'

'ஹலோ! ஹலோ! ஆனால் உங்களுடன் நான் இப்போது பேசுவதோ அல்லது உங்கள் விலாசத்தை நாங்கள் கண்டு பிடித்ததோ சாமிநாதனுக்குத் தெரியாது.'

'விஷயம் என்ன சொல்லுங்கள். சாமிநாதனுக்கும்...'

'விஷயத்தை டெலிபோனில் தீர்க்க முடியாது. நாங்கள் உங்களை வந்து சந்திக்க விரும்புகிறோம்.'

'நாங்கள் என்றால்?'

'நானும் என் அஸிஸ்டண்ட் வஸந்த்தும். நான் ஒரு வக்கீல்.'

'சாமிநாதனின் வக்கீலா?'

'ஆம்.'

'லுக், மிஸ்டர் எனக்கும் அந்த ஆசாமிக்கும் எந்தத் தொடர்பும் கிடையாது. ஐம் ஸாரி, நான் உங்களைப் பார்க்க முடியாது. சாமிநாதனைப் பற்றி எனக்குத் தெரிந்தது, உங்களுக்குத் தெரியாது...'

'ஸிக்ஸ் மினிட்ஸ் ப்ளீஸ்.'

'கண்டின்யூ... கண்டின்யூ... சாமிநாதன் உங்களிடம் டிவோர்ஸ் வாங்க விரும்புகிறார்.'

'தாராளமாக. காகிதங்களைத் தபாலில் அனுப்புங்கள். கையெழுத்துப் போட்டு அனுப்புகிறேன். அவ்வளவுதானே? எனக்கு அவனுடன் ஒரு சம்பந்தமும் வேண்டாம். அவன் காசு ஒன்றும் வேண்டாம். ஒரே ஒரு ரிக்வெஸ்ட். நான் இருக்கும் இடத்தை மட்டும் அவனிடம் சொல்லவேண்டாம்.'

'ஏன்? ஏன் ப்ரதிமா? நான் உங்களை வந்து பார்க்க முடியுமா?'

'சாமிநாதனுடனா?'

'சாமிநாதன் இல்லாமல். சாமிநாதனுக்குத் தெரியாமல்.'

'வாருங்கள். அவனைப் பற்றிச் சொல்கிறேன். விவாகரத்துக்கு மட்டும் என்றால் நீங்கள் நேரில் வரவேண்டியதில்லை. தபாலில் காகிதங்களை அனுப்பினால் போதும். மறு கல்யாணமா? அவளுக்கு என் ஆழ்ந்த அனுதாபங்களைத் தெரிவியுங்கள்.'

'நான் அங்கே வரட்டுமா ப்ரதிமா?'

'உங்கள் இஷ்டம். அவ்வளவுதானே?'

'அவ்வளவுதான். இந்த வார இறுதிக்குள் வருகிறோம். கையெழுத்து ஒரு சின்ன விஷயம். கையெழுத்து போடக் காகிதங்கள் கொண்டு வருகிறோம். இருந்தும் உங்கள் கட்சியை யும் கேட்க எனக்கு விருப்பம். நேரில் வந்து சந்திக்கிறோம்.'

'வரலாம். தனியாக.'

'ஓ எஸ்.' என்றேன்.

டெலிபோனை வைத்ததும் வஸந்த், 'என்ன சொன்னாள்?' என்றான்.

'கேஸ் முடிந்துவிட்டது. டெலிபோனிலேயே முடிந்து விட்டது. விவாகரத்துக்கு ஒப்புக்கொண்டுவிட்டாள். தபாலில் அனுப்பி னால்கூடக் கையெழுத்து போட்டுத் தருகிறேன் என்கிறாள்.'

'சபாஷ்! சீப்பாக முடிந்துவிட்டதே. நாம் போக வேண்டுமா என்ன?'

'ஆம்! நீதான் கேட்டுக்கொண்டிருந்தாயே! அவள் பேசும் தோரணையிலிருந்தே தெரிகிறது. அவள் எதையும் மறைக்காத பெண். அவள் சாமிநாதனைப் பார்க்க விரும்பவில்லை. அவன் சங்காத்தமே வேண்டாம் என்கிறாள்.ஏன்?'

'ஏன் என்று தெரிந்துகொள்ளத்தான் வேண்டுமா? நம் க்ளை யண்ட் யார்? சாமிநாதனா, ப்ரதிமாவா? யார் கட்சி நாம்?'

'நிஜத்தின் கட்சி. சாமிநாதன் என்ன சொல்கிறான்... ப்ரதிமா கெட்ட நடத்தை கொண்டவள், வேறு எவனுடனோ ஓடிப்போய் விட்டாள் என்கிறான். விவாகரத்து கேட்கிறான். ப்ரதிமா என்ன சொல்கிறாள். சாமிநாதனைப் பற்றிப் பேச்சே வேண்டாம், அவனை உங்களுக்குத் தெரியாது என்கிறாள். இதில் நிஜம் எங்கே இருக்கிறது? எங்கே இருக்கும்? இரண்டு பேருக்கும் நடுவில் எங்கோ தொங்கிக்கொண்டிருக்கிறது நிஜம். அதைக் கண்டு பிடிக்க வேண்டாமா? நிறையப் பணம் இருக்கிறது. இவ்வளவு சுலபத்தில் விவாகரத்து கிடைக்கிறது. இன்னும் கொஞ்சம் ஆட்டத்தை ஆடிப் பார்க்கலாம்... எனக்கு அந்தப் ப்ரதிமாவைச்

சந்திக்க ஆவலாக இருக்கிறது. கோயமுத்தூருக்குப் ஃப்ளைட்டில் புக் பண்ணிவிடு. வெள்ளிக்கிழமை போகலாம். அங்கிருந்து டாக்சி வைத்துக்கொண்டு லவ்டேல் போய் வரலாம். பணம் கொஞ்சம் செலவழியட்டும்.'

'சாமிநாதனிடம் என்ன சொல்லப் போகிறீர்கள்?'

'அதை நான் கவனித்துக்கொள்கிறேன். நீ வாயைத் திறக்காதே. நேற்று அவ்வளவு உன்னிப்பாக அந்தப் புகைப்படங்களைப் பார்த்துக்கொண்டிருந்தாயே, எனக்குத் தெரிந்த ஒன்று உனக்குத் தெரிந்ததா?'

'எனக்குத் தெரிந்ததெல்லாம் வெறும்...'

'சொல்லாதே. எல்லா போட்டோக்களிலும் ப்ரதிமா கண்களை மூடிக்கொண்டிருக்கிறாள் அல்லவா?'

'வெட்கமாக இருக்கலாம்.'

'எனக்கு அப்படித் தோன்றவில்லை.'

'பின்?'

'வேறு எதுவும் தோன்றவில்லை. எதற்கும் ஒரு காரியம் செய். அந்த போட்டோக்களில் ஒன்றைக் கொஞ்சம் என்லார்ஜ் பண்ணி பிரிண்ட் எடுத்துக்கொண்டு வா.'

'எந்த சைஸுக்குப் பெரிதுபடுத்த வேண்டும்?'

'அந்த பாபு ஸ்டுடியோவிலே எவ்வளவு பெரிய சைஸுக்குப் பண்ண முடியுமோ அந்த சைஸுக்கு.'

வஸந்த் விசிலடித்தான். 'எங்கே அந்தப் படங்கள்? கொஞ்சம் ரிவிஷன் பண்ண வேண்டும்.'

வாசலில் அந்த கார் வந்து நின்றது.

'கதாநாயகன் வருகிறார்... வாங்க சார் சாமிநாதன்... ஹலோ தருணா.'

சாமிநாதன் காதில் பூ வைத்திருந்தான். 'கந்தசாமி கோயிலுக்குப் போய்விட்டு வருகிறோம். தருணாவும் சைனா பஜாரில் என்னவோ வாங்கணும் என்றாள். அப்படியே வக்கீல் சாரையும்

பார்த்துவிட்டு, கேஸ் என்ன ஆச்சு என்று விசாரித்து வேறு ஏதாவது தகவல் வேண்டுமா என்று...'

'உங்க கேஸ் முடிந்துவிட்டது சாமிநாதன்.'

சாமிநாதனின் வாய் பிளந்தது. 'என்ன சொல்றீங்க?'

'ப்ரதிமாவிடம் விவாகரத்துதானே வேண்டும்? இந்த வாரக் கடைசியிலே கிடைத்துவிடும்.'

'யூ மீன்... ப்ரதிமா எங்கிருக்கிறாள் என்று கண்டுபிடிச்சாச்சா?'

'கண்டுபிடித்துப் பேசி முடித்தாகிவிட்டது. டைப் அடித்து கையெழுத்துப் போடவேண்டியதுதான் பாக்கி!'

'ஹை' என்று குதித்தாள் தருணா. அவள் மார்பு குலுங்கியது. 'சாமி சாமி! கல்யாணத்துக்கு ஏற்பாடெல்லாம் பண்ண வேண்டியது தான். செக் புஸ்தகம் கொண்டு வந்திருக்கிறே இல்லே?'

நான் சாமிநாதனையே பார்த்துக்கொண்டிருந்தேன்.

'நீங்க ப்ரதிமாவைப் பார்த்தீங்களா?'

'பார்க்கலை, பேசினேன்'

'என்ன சொன்னாள்?'

'சம்மதம் என்றாள். அவ்வளவுதான்.'

'வக்கீல் சார், நீங்க சரியாகத்தானே சொல்றீங்க?'

'சந்தேகமே வேண்டாம். ப்ரதிமாவுடன் பேசினேன். சம்மதித்து விட்டாள்.'

'எங்கே இருக்கிறாள்?'

'அதைப்பற்றி உங்களுக்கு என்ன கவலை?'

'புரியவில்லை.'

'உங்களுக்கு வேண்டியது விவாகரத்துதானே? ப்ரதிமா எங்கே இருக்கிறாள் என்பது பற்றி என்ன கவலை?'

'யூ மீன் அவள் எங்கே இருக்கிறாள் என்று உங்களுக்குத் தெரியும். ஆனால் என்னிடம் சொல்ல மாட்டீர்கள். அதுதானே?'

'அதுதான்.'

'ஏன்? அவள் சொல்ல வேண்டாம் என்றாளா!'

'அதெல்லாம் பற்றி நீங்கள் ஏன் கவலைப்படவேண்டும்?'

'பார்ட்டி ப்ரதிமாதான் என்று எனக்குத் தெரிய வேண்டாமா?'

'யூ மீன், நான் வேறு ஏதோ பெண்ணிடம் கையெழுத்து வாங்கி இதுதான் ப்ரதிமா என்று...'

'அப்படிச் சொல்லவில்லை, இருந்தாலும் அவள் எங்கே இருக்கிறாள் என்று எனக்குச் சொல்லக்கூடாதா?'

'ஸாரி, அவளைச் சந்தித்துப் பேசிய பிறகு அவள் அனுமதியுடன் தான் சொல்ல முடியும்.'

'அவள் எங்கே இருந்தால் என்ன சாமி? டிவோர்ஸுக்குச் சம்மதித்துவிட்டாளே! அது போதாதா?'

'அது போதும்... ஆம், அது போதும்... அவள் எக்கேடு கெட்டுப் போகட்டும்! எப்படி என்னைக் கொடுமைப்படுத்தியிருக்கிறாள்! என்னை முழங்கால் மண்டிபோட்டு அழவைத்திருக்கிறாள்! என் கண் முன்னாலேயே தாலி கட்டிய கணவன் வீட்டிலேயே...' அவன் கண்களில் நீர்த் திரை படர்ந்தது.

'சாமி, ப்ளீஸ், அதெல்லாம்தான் கெட்ட சொப்பனம்போல் மறந்தாகிவிட்டதே! திருப்பித் திருப்பி அந்தக் கழிசடையைப் பற்றி ஏன் நினைக்கவேண்டும்?'

'விவாகரத்து உடனே கொடுக்கிறேன் என்றா சொன்னாள்? நம்ப முடியவில்லையே.'

'நான் என் காதால் கேட்டேன்.'

'டெலிபோனில் பேசினீர்களா?'

'ஆம்.'

'டிரங்க் காலா?'

'ஏதோ ஒரு கால். உங்களுக்கு வேண்டியது என்ன?'

விபரீதக் கோட்பாடு • 55

‘விவாகரத்து.’

‘திங்கள்கிழமை கிடைத்துவிடும். கொஞ்சம் முன் பணமா ரூபாய் வேண்டும், மிஸ்டர் சாமிநாதன். அலைச்சலுக்கு அப்புறம் டாக்குமெண்ட் தயாரிக்கவேண்டும். ஸ்டாம்பு செலவு, பிரயாணச் செலவு...’

‘தாராளமாகக் கொடுக்கிறேன். எவ்வளவு வேண்டும்?’

‘இரண்டாயிரம் ரூபாய்.’

செக் புஸ்தகத்தை எடுத்து அலட்சியமாக என் பெயருக்கு எழுதிக் கொடுத்தான்.

‘என்னது, நாலாயிரம்!’

‘இரண்டாயிரம் செலவுக்கு. இரண்டாயிரம் ப்ரதிமாவின் விலாசத்தைக் கண்டுபிடித்ததற்கு. எப்படிக் கண்டுபிடித்தீர்கள்? ஆச்சரியமாக இருக்கிறது.’

வஸந்த் என்னைப் பார்த்தான்.

‘மிஸ்டர் சாமிநாதன். இப்படி அதிகத் தொகை கொடுத்து அந்த விலாசம் உங்களுக்கு வேண்டும் என்று மறைமுகமாகச் சொல்கிறீர்களா?’

‘ஒப்பந்தப்படி அதற்குத்தானே முதலில் வந்தோம்?’

‘உங்களுக்கு ஞாபக மறதி அதிகம் என நினைக்கிறேன். நீங்கள் அவளைச் சந்திக்கவே விரும்பவில்லை. எப்படியாவது விவாகரத்து கிடைத்தால் போதும் என்றுதான் சொன்னீர்கள்.’

தருணா, ‘புரிகிறது’ என்றாள். ‘நான் சொல்கிறேன் கணேஷ் சார், சாமிக்கு இன்னும் அவள் மேல் நப்பாசை இருக்கிறது. மறுபடி ஒரு சான்ஸ் பார்க்கலாம் என்று புதிதாக ஆசை கிளம்பியிருக்கிறது. அவள் ரொம்ப அழகானவள் என்று வேலைக்காரர்கள் சொல்லிக் கேள்விப்பட்டிருக்கிறேன். அழகான உடம்பை வைத்துக்கொண்டுதானே ஒரு வருஷம் ஆட்டிப் படைத்திருக்கிறாள். இன்னும் சாமிக்கு அவள் போதை போகவில்லை.’

‘அய்யய்யோ! அப்படி நினைத்துக் கொள்ளாதே தருணா! அவள் எங்கிருந்தால் எனக்கென்ன? எனக்கு நீதான் வேண்டும். ப்ளீஸ்!’

'பின் ஏன் திருப்பித் திருப்பி அவரைத் துளைக்கிறாய்? அவர்தான் விவாகரத்து வாங்கிக் கொடுக்கிறேன் என்கிறாரே?'

'சே! என் முட்டாள்தனம் தருணா! அவளை நேராகப் பார்த்து, 'ஏண்டி ராட்சசி இப்படி என்னைச் செய்தாய்? என்னை ஏன் இப்படி ஏமாற்றினாய்?' என்று கேட்டு என் ஆத்திரத்தை எல்லாம் கொட்டிவிட வேண்டும் போலிருந்தது?...'

'வேண்டாம். அவசியமில்லை. அதுதான் தீர்ந்துபோன சமாசாரம் ஆயிற்றே?' என்றேன். 'மிஸ்டர் சாமிநாதன், திங்கள்கிழமை பெரும்பாலும் உங்கள் டிவோர்ஸ் விஷயம் முடிந்துவிடும். இன்று புதன். நாளை நீங்கள் மறுபடி இங்கு வாருங்கள். சில டாக்குமெண்டுகள் தயாரித்து வைக்கிறேன். அவற்றில் கையெழுத்து போட்டுக் கொடுக்கவேண்டும். உங்கள் இரு வருக்கும் ஒத்துவாழ முடியாமை காரணமாக இருவரும் மனப் பூர்வமாகச் சம்மதித்து விவாகரத்து செய்துகொள்வதாக டாக்கு மெண்ட் தயாரித்து விடுகிறேன். அதில் அவளும் கையெழுத்துப் போட்டுவிடுவாள்.'

'ரொம்ப நல்லது. நாளைக்கு எத்தனை மணிக்கு வரவேண்டும்?'

'மாலை வாருங்களேன்.'

'சரி. தருணா, நீ ஏன் மூஞ்சியைத் தூக்கி வைத்துக் கொண்டிருக் கிறாய்? சேச்சே! தப்புக்கணக்கு போடுகிறாய். எனக்கு அவளைப் பார்க்க ஆசை ஏதும் கிடையாது. தாங்க முடியாத ஆத்திரம் வந்தது. அவ்வளவுதான். தருணா ப்ளீஸ்... என்னை உனக்குத் தெரியாதா? வா... போகலாம். சைனா பஜார் போகவேண்டும் என்றாயே, வா!'

தருணா தன் சட்டையைத் தூக்கிக் கண்ணீரைத் துடைத்துக் கொண்டாள். சின்னப் பையன்போல இருந்தது. அவளைத் தோளோடு அணைத்து மெதுவாகக் காருக்குக் கொண்டு சென்றான் சாமிநாதன். 'அவளுக்கு என் ஆழ்ந்த அனுதாபங்கள்' என்று ப்ரதிமா சொன்னது பளிச்சென்று என் ஞாபகத்தில் குறுக்கிட்டது.

'வஸந்த், டாக்குமெண்ட்டை டிராஃப்ட் பண்ணிவிடு,' என்றேன்.

'சாமிநாதனுக்கு ஏமாற்றம், பார்த்தீர்களா?'

'ஆம். அவளைப் பார்க்க விரும்புகிறான்.'

'ப்ரதிமாவிடம் ஒரு காந்த சக்தி இருக்கிறது என நினைக்கிறேன்.'

'இரண்டாயிரம் ரூபாய் அதிகம் கொடுத்திருக்கிறான். வினோதம். சரி சரி. உடனே ஃப்ளைட்டுக்கு புக் பண்ணிவிடு. வெள்ளிக்கிழமை போய் சனி அல்லது ஞாயிறு திரும்பி விடலாம்.'

'ப்ரதிமாவைப் பார்க்க எனக்கும் ஆவலாக இருக்கிறது.'

'பார்க்கலாம். பார்த்துப் பேசலாம். சமாசாரம் பூரா வெளி வந்துவிடும்.'

5

எச்.எஸ். 748 விமானம் தரை தொட்டதும் வஸந்த், 'தாங்க் காட்' என்றான். ஜன்னல் வழியே கோயமுத்தூர் விமான நிலையத்தின் சிறிய கட்டடங்களும் ஒரே ஒரு தீயணைப்பு எஞ்சினும் ஒன்றிரண்டு சிப்பந்திகளும் தெரிந்தார்கள். இறங்கியதும் ஞாயிற்றுக்கிழமைக்கான ரிடர்ன் டிக்கெட்டை கன்ஃபர்ம் செய்து கொண்டு விமான நிலையத்தை விட்டு வெளியே வந்தோம். வஸந்த், 'கொஞ்சம் இருங்கள். பிரைவேட் டாக்ஸிக்கு ஏற்பாடு பண்ணியிருந்தேன். வந்திருக்கிறானா பார்க்கலாம்' என்று சொல்லி விசாரிக்கச் சென்றான்.

காத்திருந்தேன். மணியைப் பார்த்தேன். மாலைக்குள் லவ்டேல் சென்றுவிடலாம். என் பெட்டியில் டிவோர்ஸ் காகிதங்கள் தயாராக இருந்தன. சாமிநாதன் நேற்று வந்து எல்லாவற்றிலும் கையெழுத்து போட்டுச் சென்றான். சாமிநாதன் மிகவும் சந்தோஷத்துடன் இருந்தான். ப்ரதிமாவைப் பற்றி எதுவும் கேட்கவில்லை. டாக்குமெண்டில் எழுதியிருந்ததைப் படித்துப் பார்க்கவில்லை. எங்கே கையெழுத்துப் போடவேண்டும் என்றான். காட்டினேன், போட்டான். பக்கத்தில் தருணா கை கொட்டி, 'விடுதலை' என்றாள். 'கணேஷ் சார், எங்கள் கல்யாணத் துக்கு நிச்சயம் நீங்கள் வரவேண்டும். அடுத்த வாரம் ஃபிக்ஸ்

ஆகிவிட்டது!' என்றாள். நான் 'தாராளமாக' என்றேன். 'எங்கே கல்யாணம் என்றேன்?' 'ரிஜிஸ்ட்ரார் ஆபீசில்' என்றாள். எனக்கு ஆச்சரியமாக இருந்தது. 'பெரியவர் என்ன சொன்னார்? சம்மதித்தாரா?' என்றேன். 'பெரியவரிடம் இன்னும் சொல்லவில்லை. சம்மதித்துவிடுவார்' என்றான் சாமிநாதன். எனக்கு இன்னும் ஆச்சரியம் அதிகமாயிற்று.

கோவை விமான நிலையத்தில் ஒரு புதிய அம்பாஸடர் வந்து நின்றது. வேஷ்டி கட்டிக்கொண்டு ஒரு டிரைவர் என் பெட்டியைக் கவர்ந்து டிக்கியில் வைத்தான். 'உன் பேர் என்னப்பா?'

'சக்திவேலுங்க.'

'சக்திவேல், மெள்ள ஓட்டு. ஒன்றும் அவசரமில்லை. மலைப் பாதையில் எங்கேயாவது எங்களை உருட்டி விடாதே!'

'என்ன சார் அப்படிச் சொல்றீங்க! எவ்வளவு வெள்ளைக்காரங் களுக்கு ஓட்டியிருக்கேன்!'

'மேட்டுப்பாளையம் கடந்ததும் பிரயாணம் மிகவும் ரசிக்கும்படி யாக இருந்தது. வளைந்து வளைந்து சென்ற மலைப்பாதைகளின் இருமருங்கிலும், பச்சைப் போர்வையும் மேகப் போர்வையும் தொட்டுக்கொண்டன. கூடவே பிடிவாதமாக ரயில் பாதையும் வந்து அவ்வப்போது குகைகளுக்குள் ஒளிந்து கண்ணாமூச்சி காட்டியது. அந்த ரயிலில் போயிருக்கலாம் என்று தோன்றியது. சின்ன நாய்க் குட்டிபோல் என்ஜின், பொம்மைப் பெட்டிகளை இழுத்துச் செல்ல, அவ்வப்போது இறங்கி ஒரு பூ பறித்துக் கொண்டு மறுபடி ஏறிக் கொள்ள அவகாசம் இருக்கும்போலத் தோன்றியது. காற்றுக்கு ஒரு மணம் இருந்தது. மேலே ஏற ஏற என் மூக்கு அடைத்துக் கொள்ளும் போலிருந்தது. மெலிதான குளிர் பரவியது.

லவ்டேலுக்குள் நுழையும் முன் ஒரு ஆக்ட்ராய் போஸ்ட் இருந்தது. அதில் எங்களை நிறுத்தி காசு வாங்கிக்கொண்டு இரண்டு சதுர அங்குலத்துக்கு ஒரு ரசீது கொடுத்துவிட்டு, 'போலாம் அண்ணே' என்று அனுமதித்தான் ஓர் இளைஞன். 'வெல்கம் டு லவ்டேல் எலிவேஷன்' என்று வரவேற்றது. இங்கிலாந்தின் காட்சிகள் எனக்கு ஞாபகம் வந்தன. அந்தப் பச்சையைத் தூக்கி அடிக்கக்கூடிய பச்சை, யூகலிப்டஸ் மரங்கள் நெட்டையாக உயர்ந்து காற்றில் ஆரோக்கியத்தைக் கலக்கி

யிருந்தன. ஏராளமான மரங்கள், பூக்கள், திடீர் திடீரென்று ஒளிந்துகொள்ளும் சாலை... கூரை சரிந்த, கவிதை ததும்பும் வீடுகள்.. வேடிக்கை பார்க்கும் சிறுவர்கள்.

'வர்ஜின் ஸ்ப்ரிங் ஸ்கூல் என்று ஒன்று இருக்கிறதே. அங்கே போகவேண்டும்' என்றேன்.

'இங்கே இருக்கிறதே ஒரே ஒரு ஸ்கூல்தானுங்க. எஸ்டேட்டைச் சேர்ந்த ஸ்கூல்.'

'ஆமாம்.'

'அதோ பாருங்க அதான் ஸ்கூல்.'

மலைச்சரிவில் பல்வேறு உயரங்களில் அந்தப் பள்ளியின் கல் கட்டடங்கள் தெரிந்தன. அங்கங்கே புல் சரிவின் தரையை வெட்டிச் சமதளங்கள் பண்ணப்பட்டு ஒரு பாஸ்கெட் பால் மைதானம், மற்றொரு விளையாட்டு மைதானம். நீண்ட சைக்கிள் ஷெட்... எங்கள் உயரத்திலிருந்து ஸ்கூல் கட்டடங்கள் முழுவதும் கொலு பொம்மை போல் தெரிந்தன. அருகே நெருங்க நெருங்க அந்தப் பெண்கள் ஒரேவித யூனிஃபார்ம் அணிந்து கொண்டு வரிசையாக, சீராக நின்றுகொண்டு, தனியே நின்று கொண்டிருந்த ஒரு பெண்ணின் ஆணைகளுக்கு ஏற்பக் குதித்துக் குதித்துத் தேகப்பயிற்சி செய்துகொண்டிருந்தார்கள்.

'ரொம்பக் குதிக்கிறார்கள், சீக்கிரம் புஷ்பவதி ஆகி விடுவார்கள்,' என்றான் வஸந்த்.

'ஷட் யுர் ட்ராப்!'

'பாஸ், அதோ பாருங்கள்! நிறைய டீச்சர்கள் தனியாக நிற்கிறார் கள். உங்கள் ப்ரதிமா அவர்களில் ஒருத்திதான்!' ப்ரதிமா. கலீல் கிப்ரான் படிக்கும் ப்ரதிமா, போட்டோ எடுக்கப்பட்ட ப்ரதிமா. (ஏன் கண்ணை மூடிக்கொண்டு விட்டாள்?) 'எத்தனையோ இன்னொருத்தன்கள்; நான் பார்த்தது ஒரு வேலைக்காரனுடன்!' செக்கோனால். I'm ok. You are ok. 'சாமிநாதனைப் பற்றி எனக்குத் தெரிந்தது உங்களுக்குத் தெரியாது...'

வர்ஜின் ஸ்ப்ரிங் ஸ்கூல் ஸ்தாபிதம் 1928 என்று வாசலில் கறுப்புக் கல் சதுரம் அறிவித்தது. அந்த ஐம்பது வருஷ வாசலைப் பூங்கொடிகள் அணைத்துக்கொண்டிருந்தன. வெல்கம் என்று

மிதியடி வரவேற்றது. எதிரே வெள்ளைக்காரர்கள் படம். பலவித மங்கிப்போன வெள்ளிக் கோப்பைகள். தேவர் படத்தில் வருவதுபோல் இரண்டாகப் பிரியும் மாடிப்படி. இடது பக்கம் பிரின்ஸிபால் என்று பாதிக் கதவு அடைத்த அறை இருந்தது. அதன் வாசலில் ஒரு கிழவன். உட்கார்ந்திருந்தவன் என்னைப் பார்த்ததும் எழுந்து, 'யார் நீங்க?' என்றான்.

'பிரின்ஸிபால் அம்மாவைப் பார்க்கவேண்டும். மெட்ராஸிலிருந்து வந்திருக்கிறோம். கணேஷ் என்று சொல்லு.'

அவன் உள்ளே சென்று வெளியே வந்து, 'போங்க' என்றான்.

அந்த அம்மாளுக்கு ஐம்பது வயதிருக்கலாம். நரையற்ற தலையை அழுத்தி வாரி பின்பக்கம் சிக்கனமாக முடிச்சுப் போட்டிருந்தாள். நெற்றியில் பொட்டு இல்லை. சுத்தமாக இருந்தாள். பச்சை நிறத்தில் புடைவை அணிந்திருந்தாள். அவள் கண்களில் மட்டும் மெலிதான முதுமை தெரிந்தது. மெல்லிய புருவங்கள். பண்ணி வைத்து ஒட்டவைத்தாற் போல் மூக்கு, சிவந்த உதடுகள்...

'எஸ்?' என்றாள்.

'நாங்கள் ப்ரதிமாவைப் பார்க்க வந்திருக்கிறோம். டெலிபோன் செய்திருந்தோம். ஞாபகமிருக்கிறதா?'

'மெட்ராஸ் பார்ட்டி? பெயர் என்ன சொன்னீர்கள்!'

'கணேஷ், இவன் பெயர் வஸந்த்'

'சர்ப்ரைஸிங்!'

'ஏன்?'

'நேற்று சாயங்காலம் ப்ரதிமாவைத் தேடிக்கொண்டு ஒரு ஆள் வந்திருந்தாரே, அவர்கூடச் சென்னையிலிருந்து போன் செய்ததாகச் சொன்னாரே!'

'அப்படியா... ப்ரதிமாவைக் கொஞ்சம் கூப்பிடுகிறீர்களா? அவரையே கேட்டுவிடலாம்.'

'ப்ரதிமா எங்கே?' என்றாள் அவள்.

'யூ மீன்...'

‘நேற்று அந்த ஆளுடன் சென்றவள் திரும்பி வரவில்லையே. இன்றைக்கு கிளாஸ் எடுக்கவில்லை என்றுதான் நினைக்கிறேன். வெயிட் எ மினிட், ஆயா?’

ஆயா பவ்யமாக வந்து நின்றாள். ‘சீக்கிரம் ஓடிப் போய் ப்ரதிமா டீச்சர் ரூம்லே இருக்காங்களான்னு ஆஸ்டல்லே பார்த்துட்டு வா!’

நான் வஸந்த்தைப் பார்த்தேன். ‘நேற்று வந்த ஆள் ஏதாவது பெயர் சொன்னானா?’

‘கணேஷ் என்றுதான் சொன்னதாக ஞாபகமிருக்கிறது. நேற்று அந்த ஆளுடன் போனவள் ராத்திரி திரும்பவில்லையே? I am beginning to get worried.’

‘அந்த ஆள் எப்படி இருந்தான் என்று சொல்ல முடியுமா?’

‘நீங்கள் போலீஸா?’ என்று மிரண்டு கேட்டாள்.

‘சேச்சே, இல்லை.’

‘அந்த ஆசாமி நல்ல உயரமாக இருந்ததாக ஞாபகம்.’

‘காரில் வந்திருந்தானா?’

‘இல்லை, நடந்துதான் வந்ததாக ஞாபகம். ப்ரதிமா உடனே வந்து அவரைச் சந்தித்தாள். மிஸ்டர், இந்தப் பள்ளி ஒரு பழமையான மிகவும் மதிக்கப்படுகிற பள்ளி. இந்தப் பள்ளிக்குள் அக்கப்போர் எதுவும் வேண்டாம்... என்ன ஆயா?’

‘அம்மா ரூம் பூட்டியிருக்குதுங்க. காலைலே ப்ரேக்பாஸ்ட்டுக்கு வரலையாம். ஜன்னல் வழியாப் பார்த்தா போட்டது போட்டபடி இருக்குது...’

பிரின்ஸிபால் என்னைக் கலவரத்துடன் பார்த்தாள். ‘எனக்கு என்னவோ சற்று வயிற்றைக் கலக்குகிறது...’ கடிகாரத்தைப் பார்த்தாள். ‘சேச்சே! நானும் தாமதித்திருக்கிறேன். இதுவரை அவள் கிளம்பிச் சென்று பதினெட்டு மணி நேரமாகிவிட்டது. என்ன செய்வது? முதலாளிக்குத் தெரிவிக்க வேண்டும். என் னுடைய இருபத்துநான்கு வருஷ சர்வீஸில் இந்த மாதிரி ஒரு தடவைகூட நடந்தது கிடையாது. ஆயா... பெரியவர் ரூம்லே இருக்காரான்னு விசாரிச்சுக்கிட்டு வா...’

நான் ஸ்தம்பித்து நின்றேன். இம்பாசிபிள்! என் சிந்தனை இயங்க மறுத்தது. வஸந்த் குழப்பத்தில் என்னைத் திகிலாகப் பார்த்தான். 'டோன்ட் ஒர்ரி' என்றேன்.

டயல் இல்லாத அந்த டெலிபோன் ஒலித்தது. அதை எடுத்து பிரின்ஸிபால், 'வர்ஜின் ஸ்ப்ரிங் ஸ்கூல்' என்றாள். அவள் முகம் மாறியது. 'மை காட்!' என்றாள். 'எங்கள் முதலாளியிடம் எதற்கும் ஒரு வார்த்தை சொல்லிவிடுங்கள்' என்றாள். 'ஒரு டீச்சரைத் தேடிக்கொண்டு இரண்டு பேர் மெட்ராஸிலிருந்து வந்திருக்கிறார்கள்... ஓ எஸ்... வருகிறேன்' என்றாள்.

அவள் முகம் ரத்தம் இழந்து பளிங்குக் கல்லின் வெண்மைக்கு வந்திருந்தது. 'ஓ ஹெல்' என்றாள். 'போலீஸ் அவுட் போஸ்ட்டிலிருந்து சப் இன்ஸ்பெக்டர் போன் பண்ணியிருக்கிறார். ஜாக்ஸன் லேக் அருகில் ஒரு பெண்ணின் பிரேதம் கிடக்கிறதாம்! வரச் சொல்கிறார். ஜீப் அனுப்பியிருக்கிறாராம்.'

என் வயிற்றில் பந்தாகச் சுருண்டுகொண்டது கவலை. 'நாங்களும் வருகிறோம்' என்றேன். பிரின்ஸிபால் ஒரு கைக்குட்டையை எடுத்து மூக்கைச் சிந்திக் கண்களைத் துடைத்துக் கொண்டு, 'என் சர்வீஸிலேயே இந்த மாதிரி நிகழ்ந்ததில்லை சார். நல்ல டீச்சர். ரொம்ப நன்றாகச் சொல்லித் தருவாள். நியூ மாத்ஸை ரொம்பச் சுலபமாக...'

'நீங்கள் ஏன் அது ப்ரதிமாவாகத்தான் இருக்கும் என்று முதலிலேயே நினைத்துக்கொள்கிறீர்கள்?'

'கடவுளே, அது ப்ரதிமாவாக இருக்கக்கூடாது. வேறு ஏதாவது பெண்ணாக இருக்கவேண்டும். பாருங்கள். ஏற்கெனவே செய்தி பரவி விட்டது. கூட்டம் கூட ஆரம்பித்து விட்டார்கள். முத்து, இவங்கள்ளாம் எதுக்கு இங்கே கும்பல் கூடுறாங்க? எல்லாரையும் கிளாஸுக்கு அனுப்பு.' மறுபடி டெலிபோன். 'ஹலோ? ஓ எஸ் சார். எஸ் சார். இப்பத்தான் தகவல் வந்தது சார். நான் உங்களிடம் முன்பே சொல்ல நினைத்தேன்... எனக்கு ஒன்றுமே ஓடவில்லை சார். இன்னும் இல்லை சார். இன்னொரு...' வைத்துவிட்டார். 'எஸ்டேட் முதலாளி ஏன் முன்பே சொல்லவில்லை என்று சப்தம் போடுகிறார். ரிடையர் ஆகப்போகிற சமயத்தில் இப்படி ஒரு சிக்கலா?'

ஜீப் வந்தது. ஓர் இளம் இன்ஸ்பெக்டர் விறைப்பாக நடந்து வந்தார். 'வரீங்களா ரத்னம்மா?' என்றார். 'மெட்ராஸ்காரங்க யாரோ வந்ததாச் சொன்னீங்க?'

'நான்தான். என் பெயர் கணேஷ், வஸந்த்' என்று கை குலுக்கப் போனேன். மறுத்தார். சந்தேகிக்கிறாரா? 'வாங்க சீக்கிரம்! அந்தப் பெண்ணை ஸ்கூலிலே பார்த்த ஞாபகம் இருக்கு ரத்னம்மா, கொஞ்சம் ஷார்ட்டா கருநீலத்திலே புடைவை கட்டிக்கொண்டு பச்சை ஸ்வெட்டர் போட்டிருக்குது... இவங்களும் வராங்களா? ரொம்பக் கூட்டம் வேண்டாங்க.'

'நாங்க எங்க காரிலே வரோம்' என்றேன்.

ஜீப் முன் செல்ல பின்னே நாங்கள் செல்ல என் மனத்தில் யார் யார் யார் என்று எதிரொலித்தது.

முதலில் அது ப்ரதிமாவா என்று ஊர்ஜிதமானவுடன்தானே மற்றெல்லாம்... என்ன ஒரு மனப்பால்! நம்பிக்கை!

மலைப் பாதைகளில் மெயின் ரோட்டைவிட்டு மண் ரோடு விலகிச் சென்றது. சாலை எங்கிலும் உயர்ந்த யூகலிப்டஸ் இலைகள் படுக்கைபோல் உதிர்ந்திருந்தன. வளைந்து வளைந்து சென்றன பச்சை இருட்டுப் பொந்துகள்.

'ஜாக்ஸன் லேக்குங்கறது பிக்னிக் ஸ்பாட்டுங்க. தள்ளிக்கிட்டுப் போக நல்ல இடம். தனியான இடம். ப்யூட்டிஃபுல்லா இருக்குங்க. வெள்ளைக்காரங்க நிறைய போட்டோ பிடிப்பாங்க. சம்மர்லே அப்படியே எல்லாத்தையும் அவுத்துப் போட்டுப்புட்டு ஏரிலே இறங்கிடுவாங்க, என்ன ஆய்டுச்சுங்க? ஏதோ பிரேதம் கிரேதம்னு பேசிக்கிறாங்க?' என்றான் டிரைவர்.

திடீர் என்று ஒரு முனை திரும்பியதும் அத்தனை ஏரியும் தெரிந்தது. மலைகளுக்கு இடையில் அந்த நீலத் தகடு ஒளிந்துகொண்டிருக்கிறது. மிக அழகான இடம்... அரைச்சந்திர வடிவில் இருந்த அந்தச் சாலையில் எங்கள் கார் மெதுவாக மெதுவாக அந்த இடத்தை நெருங்க நெருங்க என் இதயம் தொண்டைவரை வந்துவிட்டது. ஏழெட்டு பேர் கூட்டமாக நின்றுகொண்டிருந்தார்கள். ஒரு நாய் வாலாட்டிக் கொண்டிருந்தது.

அந்த இடம் ஏரியின் மட்டத்திலிருந்து, ஓர் இருபதடி உயரத்தில் இருக்கும். ஏரி விளிம்புக்கும் அந்த இடத்துக்கும் உள்ள சரிவில்

உடல் கிடந்தது. பாதங்களை ஏரித் தண்ணீர் ததும்பித் ததும்பித் தொட்டுக்கொண்டிருந்தது.

'கிட்டப் போகலாம் வாங்க. கொஞ்சம் என் கையைப் புடிச்சுக் கங்க ரத்னம்மா. சரிவான பாதை.'

'அட பொம்புளை. சின்ன வயசுபோலத் தோணுது!' என்றான் டிரைவர்.

'நான் மெதுவாக அந்தச் சரிவில் இறங்கினேன். சற்று வழுக்கியது. இருந்தும் அதிகம் செங்குத்தான சரிவில்லை. சமாளிக்க முடிந்தது. அந்தப் பெண்ணின் கண்கள் பாதி திறந்திருந் தன. வாய் நன்றாகவே திறந்திருக்கும். உடம்பில் காயங்கள் எதுவும் தெரியவில்லை. கழுத்து ஓர் இடத்துக்குமேல் நீலம் பாரித்து வீங்கி இருந்தது. நெற்றியில் முன் மண்டையிலிருந்து இடது புருவம்வரை ஒரு ரத்தக்கோடு தெரிந்தது. உடைகள் கலைக்கப்படவில்லை. நகைகள் இருந்தன. இடது கையில் வாட்ச். வலது கையில் வளைகள்.

பிரின்ஸிபால் விசித்து விசித்து அழுதாள். 'ப்ரதிமா ப்ரதிமா! ஓ மை டியர் சைல்ட்.'

நான் மேலே நிமிர்ந்து வஸந்தைப் பார்த்தேன். வஸந்த் என் னுடன் சேர்ந்து இரண்டு வருடம் ஆகிறது. இதுவரை இறந்த உடலை அவன் கிட்டத்தில் பார்த்ததில்லை. இறங்கி வரத் தயங்கி னான். நான் மேலே செல்ல, கடைசி அடிகளில் என் கையைப் பிடித்து உதவினான்.

'ப்ரதிமாதான்' என்றேன்.

'ஐயம் ஸாரி பாஸ்.'

'கான்ஸ்டபிள். இங்கேயே இருய்யா. ஊட்டியிலிருந்து வண்டி வரும். எஸ்.பி., வருவார். வாங்க, உங்க பேர் என்ன சொன்னீங்க?'

'கணேஷ்.'

'இந்தப் பெண்ணைத் தெரியுமா?'

'இவங்களைப் பார்க்க வந்தோம்.'

'சரியான சமயம் பார்த்துப் பார்க்க வந்தீங்க. அவுட் போஸ்ட்டுக்கு ரெண்டு பேரும் கொஞ்சம் வரீங்களா?'

66 • சுஜாதா

'தாராளமா.'

அந்த இடத்தை விட்டுக் கிளம்புமுன் நான் சந்திக்க முடியாத, பேச முடியாத, கேட்க முடியாத ப்ரதிமாவை மறுபடி ஒரு தடவை பார்த்துக்கொண்டேன். மனத்தில் விசித்து அழுதேன்.

லவ்டேல் போலீஸ் அவுட்போஸ்ட் என்பது ஒரு சிறிய அறை. ஒரே ஒரு ஹெட் கான்ஸ்டபிள் மட்டும் இருக்கும் அந்த இடம் ஒரு கொலை விசாரணைக்குப் போதாததாக இருந்தது. வாசலில் ஒரு சிறிய பூந்தோட்டம். தனியாக ஒரு கக்கூஸ், அதிலிருந்து வெளிவந்த பிரின்ஸிபால் ரத்னம்மாள் சற்று உடம்பு நடுக்கம் குறைந்திருந்தாள். அந்தச் சிறிய அறையை அடைத்துக்கொண்டு நான், வஸந்த், அந்த இன்ஸ்பெக்டர், ரத்னம்மாள்...

'நேற்று சாயங்காலம் பார்த்ததாச் சொன்னீங்க.'

'ஆம். நேற்று சாயங்காலம்தான் ஒரு ஆள் மெட்ராஸ்லேயிருந்து பார்க்க வந்தாங்க. அந்த ஆள்கூடப் போனாள்.'

'ஒன் மினிட். இவங்க இரண்டு பேரும்கூட மெட்ராஸ்லேயிருந்து பார்க்க வந்ததாச் சொன்னீங்க?'

'இவங்க இன்னிக்கு வந்தாங்க.'

'நேத்திக்கு வந்தவங்க வேறயா?'

'நேத்திக்கு நெட்டையா ஒரே ஒரு ஆள் வந்தான்.'

'என்ன இது. தினம் தினம் மெட்ராஸ்காரங்க வர்றாங்க. முதல் நாள் கொலை நடக்குது. மறுநாள் நீங்க வர்றீங்க. ஏதாவது பேசி வெச்சுக்கிட்டு வந்தீங்களா? யார் நீங்க, மிஸ்டர் கணேஷ்?'

'நான் ஒரு லாயர். இந்தப் பொண்ணுகிட்டே அவ முதல் கல்யாணம் விஷயமாப் பேச வந்தோம். இவளோட கணவன் என்னோட கிளையண்ட். அவரை விட்டுப் பிரிஞ்சி வந்துட்டாங்க. கணவனுக்கு டிவோர்ஸ் வேண்டுமாயிருந்தது. டெலிபோன் பண்ணிக் கேட்டேன். சம்மதம்னு சொன்னாங்க. அதனாலே டிவோர்ஸ் காகிதத்திலே கையெழுத்து வாங்கிக்க நாங்க வந்தோம். பெட்டிக்குள்ளே டாக்குமெண்ட் எல்லாம் வெச்சிருக்கோம்.'

'பின்னே நேற்று வந்தவங்க யாரு?'

'ஸாரி, எனக்குத் தெரியாது.'

'என்னடாது எழவாய்ப் போச்சு!' என்று தலையைச் சொறிந்தார். ஆள் புதிது போலும்.

'ஏம்மா ரத்னம்மா. கடைசியா நீங்க எத்தனை மணிக்கு இந்தப் பொண்ணைப் பார்த்தீங்க?'

'நேற்று சாயங்காலம்.'

'எத்தனை மணி இருக்கும்?'

'நாலரை இருக்கும். ஸ்கூல் விட்டப்புறம் பார்த்தேன். அப்பத் தான் இந்த ஆள் வந்தான்.'

நாலரை! சாமிநாதனிடம் நான் காகிதங்களில் கையெழுத்து வாங்கிக்கொண்டிருந்த அதே சமயம்.

'அந்த ஆளை நீங்க வர்ணிக்க முடியுமா?' என்றேன். இன்ஸ்பெக்டர் நான் கேள்வி கேட்பதைப் பொருட்படுத்தவில்லை.

'உயரமாக இருந்தான். அவ்வளவுதான் சொல்லத் தெரிகிறது' என்றாள் ரத்னம்மாள்.

'முயற்சி பண்ணிப் பாருங்கள்... தலைமயிர் நரை மயிரா?'

'ம்.. இல்லை. கறுப்பாக அடர்த்தியாக இருந்தது.

'சட்டை பாண்ட்டா இல்லை வேஷ்டியா?'

'பாண்ட்தான்.'

'ஏதாவது தழும்பு கிழும்பு...'

'ஞாபகமில்லை.'

'அவனிடம் ஏதாவது பிரத்தியேகமாக கொஞ்சம் வித்தியாசமாக இருந்ததா? நிதானமாக யோசித்துப் பாருங்கள்.'

'ஸாரி, சொல்லத் தெரியவில்லை...'

'விட்டு விட்டுச் சற்று நேரத்துக்கு ஒரு தடவை யோசித்துப் பாருங்கள். என்ன நினைவுக்கு வந்தாலும் இன்ஸ்பெக்டருக்குச் சொல்லுங்கள்...'

இன்ஸ்பெக்டர், 'ஆம்' என்று தலையாட்டினார். என்னிடம் அவருக்குச் சற்று மரியாதை பிறந்திருக்கவேண்டும்.

'இன்ஸ்பெக்டர், உங்கள் பெயர் என்ன?'

'பாண்டியன்.'

'பாண்டியன், உங்கள் எஸ்.பி.யிடம் சொல்லிவிட்டீர்களா?'

'சொல்லிவிட்டேன். வருகிறார்.'

'நாங்கள் இரண்டு பேரும் எப்போதும் உங்களுக்கு உதவி செய்யக் காத்திருக்கிறோம். இதுதான் முதல் போஸ்ட்டிங்கா உங்களுக்கு?'

'ஆம்' என்றார் அந்த இளைஞன்.

'இதுதான் முதல் மர்டரா?'

'ஆம்.'

சற்று யோசித்து, 'எங்கே சார் வெளியூர்க்காரங்க வந்து இந்த மாதிரிக் கழுத்தைப் பிடிச்சு நெரிச்சிட்டு ராவோட ராவாப் போய் விடறாங்க! அந்தப் பொண்ணை நான் பார்த்திருக்கிறேன் சார், நல்ல அழகான அடக்கமான பொண்ணுங்க!' என்றார்.

ரத்னம்மாள் 'பச்!' என்றாள். 'ரொம்ப நல்ல டீச்சர். அவ்வளவு தான் தெரிகிறது நமக்கு. அவள் பாஸ்ட்டைப் பத்தி யாருக்குத் தெரியும்? எவ்வளவு சண்டைகளோ, எவ்வளவு எதிரிகளோ?'

'இன்ஸ்பெக்டர், நீங்க பஸ் ஸ்டாண்டிலே ஆக்ட்ராய் போஸ்ட் டிலே எல்லா இடத்திலேயும் விசாரிச்சுப் பார்த்திருப்பீங்க, இல்லே?'

'விசாரித்து விட்டால் போகிறது' என்றார்.

'புதுசா வெளியூர்க்காரங்க உலவினா அவங்களுக்கு ஞாபக மிருக்கும். யாராவது கவனிச்சிருப்பாங்க. அப்புறம் தங்கற ஓட்டல் ஏதாவது இருக்கா?'

'இருக்கு. மலைமேலே இருக்குது. அது கொஞ்சம் பெரிய ஓட்டல்.'

'அங்கேயும் விசாரியுங்க. ரத்னம்மா சொல்கிறதைப் பார்த்தால் அந்த ஆள் சற்று உயரமான ஆள் என்று சொல்கிறார். யாராவது பார்த்திருந்தா சுலபமா ஞாபகம் வெச்சிருப்பாங்க.'

'துப்புரவாக விசாரித்து விடலாம். நீங்களும் வாருங்களேன். எஸ்.பி. வர சாயந்திரம் ஆய்விடும்.'

'இன்ஸ்பெக்டர், பிரின்ஸிபாலை அப்புறம் விசாரித்துக் கொள்ளலாம். ஆனால் ப்ரதிமாவின் அறையைப் பூட்டி விடச் சொல்லலாம்.'

'ரத்னம்மா, அந்த அறையில் ஒருவரும் ஒன்றையும் தொடாமல் பார்த்துக்கொள்வது உங்கள் பொறுப்பு.'

'அறை பூட்டித்தான் இருக்கிறது...'

'திறக்கவேண்டாம்.'

இன்ஸ்பெக்டருடன் அந்த சிறிய லவ்டேலின் வட்டாரங்களைச் சுற்றினோம். மற்ற சமயங்களில் லவ்டேலின் அழகை ரசித்திருப்பேன். ப்ரதிமாவின் மரணம் தொண்டைக்குள்ளே அடைத்திருந்தது. ப்ரதிமா, நீ ஏன் அவர்களை விட்டு ஓடி, மலைப் பிரதேசத்தில் மறைந்து வாழ்ந்தாய்? என்னிடம் என்ன சொல்ல நினைத்தாய்? யார் அந்த உயர மனிதன்? அவனுக்கு நீ இருக்கும் இடம் எப்படித் தெரியும்? திடீர் என்று ரத்னம்மா சொன்னது திகிலாக ஞாபகம் வந்தது: 'கணேஷ் என்றுதான் சொன்னதாக ஞாபகமிருக்கிறது.' என் பெயரை எப்படிச் சொல்ல முடியும்? இல்லை. ரத்னம்மாவின் ஞாபகம் குழம்பியிருக்கிறது.

டூரிஸ்ட்டுகளை எதிர்பார்த்துக் கட்டப்பட்ட ஒரு மூன்று நட்சத்திர ஹோட்டல் அது. பெயர் 'ஹில் வியூ.'

அதில் கடந்த மூன்று தினங்களில் வந்தவர்களின் பட்டியலைக் கேட்டோம். எட்டுப் பேர். எல்லோரும் வெளி நாட்டவர்கள்.

'எல்லோரும் இங்கேதான் இருக்கிறார்கள். வெயிலில் காய்கிறார்கள்' என்றான் அந்த இளைஞன்.

பஸ் நிலையத்தில் விசாரித்துப் பார்த்தோம். அங்கே சுற்றிக் கொண்டிருந்த சின்னப் பையன்களைக் கேட்டோம். அவர்களுக்குத் தெரிந்தவரை உயரமாக யாரும் நேற்று அல்லது நேற்று முன்தினம் இறங்கியதாக ஞாபகமில்லை. 'நம்ம முதலியார்தான் ஊட்டிக்குப் போய்ட்டு வந்தாருங்க, அப்புறம் பாண்ட்டு போட்டுக்கிட்டு இரண்டு மூணு பேர் இறங்கினாங்க... ஒத்தரு அத்தரு மருந்து விக்கிறவரு, வாரா வாரம் வருவார்.'

'இன்னொருத்தர்?' என்றேன்.

'அவரு ஏட்டய்யா மகனுங்க!'

'உயரமா ஒரு ஆளும் வரவில்லையா?'

'ஏண்டா, நீ பார்த்தியாடா?'

'நான் இங்கேதானே கிடக்கேன்? உயரமா ஒருத்தரும் வந்ததா ஞாபகமில்லை. நம்ம காந்தா டூரிஸ்ட் பஸ் டிரைவரு நல்ல உயரமில்லே?'

அங்கிருந்து ஆக்டராய் போஸ்ட்டுக்குச் சென்றோம். 'ஊருக் குள்ளே நுழைகிற எல்லா வண்டிகளுக்கும் வரி உண்டுங்க. எல்லாத்தையுமே நிறுத்தி காசு வாங்கி ரசீது கொடுப்போம்.'

வண்டிகளோட நம்பரை எழுதிக் கொள்வீங்களா?' கந்தலாக ஒரு நோட்டுப் புத்தகத்தைக் காட்டினான். MDY 7323, MSW 5984 என்று காகிதப் பென்சிலில் அந்த நோட்டுப் புத்தகம் முழுவதும் எண்கள் எழுதியிருந்தன.

'ஏன்யா, தேதி வாரியாக எழுதி வைக்கவில்லையா?'

'இன்ஸ்பெக்டர், இந்த நோட்டுப் புத்தகத்தை வாங்கி வைத்துக் கொள்ளுங்கள், இது உபயோகப்படும்' என்றேன்.

நாங்கள் திரும்ப அவுட் போஸ்ட்டுக்குச் சென்றபோது ஊட்டி யிலிருந்து எஸ்.பி. வந்திருந்தார். இளைஞர். ட்ரிம்மாக மீசை வைத்திருந்தார். 'என்னய்யா பாண்டியன், உங்க ஏரியாவிலே மர்டர் எல்லாம் நடக்கிறது! இவங்கள்ளாம் யாரு?'

'என் பெயர் கணேஷ், நான் ஒரு லாயர். சென்னையைச் சேர்ந்த வன்.'

'கணேஷ்? ராஜேந்திரனைத் தெரியுமா உங்களுக்கு?' என்றார் எஸ்.பி.

'நன்றாகத் தெரியும்.'

'ஓ! அந்த கணேஷா நீங்கள்! உங்களைப் பற்றி ராஜேந்திரன் சொல்லியிருக்கிறார். நானும் அவரும் ஒரே பாட்ச்...'

'உங்க பெயர்?'

விபரீதக் கோட்பாடு • 71

‘முத்துராமலிங்கம்.’

‘ஓ எஸ், ராஜேந்திரன் சொல்லியிருக்கிறார்.’

‘நீங்கள் எப்படி இங்கே...?’

‘இறந்து போன பெண்ணைப் பார்க்க வந்தேன். அவள் டிவோர்ஸ் விஷயமாக. இப்படி ஆகிவிட்டது.’

‘என்னய்யா பாண்டியன், ஏதாவது விசாரித்தீர்களா?’

‘நிறைய சார்.’

‘ஸ்ட்ராங்குலேஷன் என்று நினைக்கிறேன். கழுத்தில் ஏதோ ஒரு வலுவான கம்பி அல்லது கயிற்றை வைத்து இறுக்கியிருக்கிறான். ஏரிக்குள் தள்ளப் பார்த்திருக்கிறான். பாதி கரையிலேயே தங்கி விட்டது. என்ன மிஸ்டர் கணேஷ், உங்கள் டிவோர்ஸ் விஷயத்துக்கும் இந்தக் கொலைக்கும் சம்பந்தம் இருக்கும் என்று நினைக்கிறீர்களா?’

‘இருக்கலாம், சொல்ல முடியாது.’

‘உங்கள் க்ளையண்ட் யார்?’

‘இவள் கணவன். பெயர் சாமிநாதன்.’

‘அந்த ஆள் எப்படி?’

‘அந்த ஆள் நேற்று என்னுடன் சென்னையில் இருந்தார்.’

‘ஓ! ஹி இஸ் அவுட் ஆஃப் இட்.’

‘ஆம். நேற்று மாலை யாரோ இவளைச் சந்திக்க வந்திருக்கிறார்கள்.’

‘பாண்டியன், விசாரித்தீர்களா?’

‘ஹோட்டலில் விசாரித்தேன். பஸ் நிலையத்தில், ஆக்ட்ராய் போஸ்ட்டில்; ஊருக்குள் வந்த கார்களின் நம்பர்கள் எல்லாம் கிடைத்திருக்கிறது.’

‘வெரிகுட், பரவாயில்லையே. மிஸ்டர் கணேஷ். எனி தியரி?’ என்றார் முத்துராமலிங்கம்.

'எனக்கு ஒன்றும் தோன்றவில்லை. இருந்தும் எனக்கு இந்த கேஸில் சம்பந்தம் இருப்பதால் நான் இங்கு வந்த சந்தர்ப்பத்தை முழுவதும் உங்களுக்குச் சொல்லிவிட வேண்டும். என்னிடமிருந்து ஸ்டேட்மெண்ட் வேண்டுமானால் வாங்கிக் கொள்ளலாம்.'

'வாருங்கள், ஹில் வியூ ஹோட்டலுக்கே செல்லலாம். அங்கே காப்பி கொஞ்சம் நன்றாக இருக்கும். சாமிநாதனைப் பற்றிச் சொல்லுங்கள்.'

6

இரவு ஹில் வியூ ஹோட்டலிலேயே தங்கிவிட்டோம். என் அறையின் ஜன்னலிலிருந்து லவ்டேலின் ஒன்றிரண்டு விளக்குகள் தெரிந்தன. ஏராளமான பூச்சிகள் சப்தம் கேட்டது. பள்ளத்தாக்கில் ஒரு பஸ் ஒரு வெளிச்சப் புழு போல் ஊர்ந்து கொண்டிருந்தது. என் மனத்தில், அதீதமான குழப்பமும் இரக்கமும் சோகமும் கலந்து உணர்ந்தேன். சோறு செல்லவில்லை. ஏழெட்டு காப்பியாவது குடித்திருப்பேன். எஸ்.பி. முத்துராமலிங்கத்துடன் இரண்டு மணி நேரம் பேசிக் கொண்டிருந்தேன். என்னிடம் ஒரு ஸ்டேட்மெண்ட் எழுதி வாங்கிக்கொண்டார். சாமிநாதன் அவளிடம் விவாகரத்து விரும்பியதிலிருந்து ஆதியோடு அந்தமாகச் சொன்னேன். சாமிநாதன் குழுவுக்கு ப்ரதிமாவின் விலாசம் தெரியாது; அவர்கள் சந்தித்திருக்க வாய்ப்பில்லை என்பது தெளிவாகத் தெரிந்தது. ஆக்ட்ராய் போஸ்டில் கிடைத்த கார்களின் நம்பர் பட்டியலில் இருந்து சென்னையிலும் மற்ற மாநிலங்களிலும் விசாரிக்க ஏற்பாடு செய்தார். அந்தப் பட்டியலின் பிரதி ஒன்றை என்னிடமும் கொடுத்தார்.

முத்துராமலிங்கம் என்னை நேராக ஒரு கேள்வி கேட்டார். 'சாமிநாதனுக்கு ப்ரதிமாவின் விலாசம் தெரியாது என்பது உங்களுக்கு நிச்சயம் தெரியுமா?'

நிச்சயம். அந்த விலாசத்தைக் கண்டுபிடித்தவன் நான்தான். நான் மட்டும்தான். அந்த விலாசத்தைச் சாமிநாதனிடம் சொல்ல வில்லை. மேலும் கொலை நடந்தது நேற்று மாலை. நேற்று மாலை என்னுடன் சாமிநாதன் இருந்திருக்கிறான். 'நோ, இது சாமிநாதன் இல்லை. ப்ரதிமா சாமிநாதனை வெறுத்தாள். அதில் சந்தேகம் இல்லை. அவனுடன் அவள் மண வாழ்க்கையில் விபரீதமாக ஏதோ நிகழ்ந்திருக்கிறது. அவனை விட்டு ஓடியிருக் கிறாள். ஆனால் சாமிநாதன் இவளைக் கொல்லவில்லை. இம்பாஸிபிள்!'

முத்துராமலிங்கம் என்னிடம் தொடர்ந்து சென்னையில் இதை விசாரிக்குமாறு வேண்டிக்கொண்டார். சென்னை போலீசின் உதவி தேவை என்றால் எப்போதும் கிடைக்கும் என்று சொல்லிச் சென்றார்.

வஸந்தின் குரல் கேட்டுத் திரும்பினேன்.

'தூக்கம் வரவில்லை' என்றான். 'தனியாகப் படுத்துக் கொள்ளப் பயமாக இருக்கிறது.'

நான் மௌனமாக இருந்தேன். எனக்குச் சற்றுத் தலைவலி இருந்தது.

'என்ன பாஸ்? ஏதாவது யோசித்தீர்களா?'

'ம்ஹூம். சிக்கலாக இருக்கிறது. வஸந்த். நான் என்னையே கேட்டுக்கொண்ட கேள்விகளை உன்னிடம் கேட்கட்டுமா? உனக்கு பதில் தெரிந்தால் சொல்லு. தோன்றுகிற பதிலைச் சொல்லு. இந்த கேசில் ஒரு முக்கியமான விஷயம் மறைந்து கிடக்கிறது. எங்கே என்பது தெரியவில்லை. சங்கிலித் தொடரில் ஒரே ஒரு முக்கியமான கணை காணாமல் போயிருக்கிறது.'

'கேள்விகளைக் கேளுங்கள்.'

'முதல் கேள்வி: ப்ரதிமாவின் விலாசத்தைத் தெரிந்துகொள்ள சாமிநாதன் ஏன் அவ்வளவு பதற்றத்தில் இருந்தான்?'

'பாஸ், யூ ஆர் வேஸ்டிங் யுவர் டைம் ஆன் சாமிநாதன். சாமிநாதன் நேற்று மாலை ஆறரைவரை நம்முடன் சென்னையில் இருந்திருக் கிறான். இன்னும் சென்னையில்தான் இருக்கிறான்.'

'சாமிநாதன் கொலை செய்தான் என்று நான் சொல்லவில்லை. அவன் பதற்றத்துக்குக் காரணம்தான் கேட்டேன்.'

'அதுதான் சொன்னானே! அவளைப் பார்த்து ஆத்திரத்துடன் ஏன் என்னை இப்படிக் கொடுமைப்படுத்தினாய் என்று கேட்கத் துடித்தான் என்று. எனக்கென்னவோ அந்தப் பதில் யோக்கியமானதாகத்தான் பட்டது.'

'வஸந்த், கோபித்துக் கொள்ளாதே. நீ யாரிடமாவது ப்ரதிமாவின் விலாசத்தைச் சொன்னாயா? தருணாவிடம், சாமிநாதனிடம்?'

'என்ன பாஸ் இப்படிக் கேட்கிறீர்கள்? நான் அப்படிச் செய்வேனா? நெவர்!'

'நம் இருவரைத் தவிர வேறு யாருக்காவது விலாசம் தெரிய வாய்ப்பு இருக்கிறதா?'

'இருந்திருக்கிறதே.'

'யாருக்கு?'

'கொன்றவனுக்கு.'

'யார் அது?'

'ஸர்ச் மி! ஆனால் சாமிநாதன் குடும்பத்துடன் சம்பந்தப்பட்டவர்களுக்கு இந்த விலாசம் தெரிந்திருக்கச் சந்தர்ப்பமில்லை. உங்களையும் என்னையும் தவிர. அல்லது அவர்கள் ஏற்கெனவே விலாசத்தைத் தெரிந்துகொண்டு நம்மிடம் விளையாடியிருக்கலாம். என்ன சொல்கிறீர்கள்?'

'ரொம்ப ரிமோட். நம்மிடம் வருவானேன்? சாமிநாதன் விரும்பியது எல்லாம் டிவோர்ஸ்தான். அது க்ளியராக இருக்கிறது. அடுத்து அந்தப் படங்கள். அதன் உண்மையான அர்த்தம், முக்கியத்துவம் என்ன?'

'நான் நினைத்ததைச் சொல்லட்டுமா?'

'சொல்லு.'

'அந்தப் படங்கள்தான் ப்ரதிமா ஓடிப்போனதற்கே காரணமாக இருக்கலாம். அந்த மாதிரி அப்பட்டமான படங்களை அவளுக்குத்

தெரியாமல் எடுத்திருந்ததை அவள் கண்டுபிடித்து என்ன மாதிரியான வக்கிர மனம் கொண்ட ஆசாமி இவன் என்று துணுக்குற்று அவனிடமிருந்து விலகிச் செல்ல முடிவெடுத்திருக்கலாம்.'

'இருக்கலாம். அந்தப் படத்தை யார் எடுத்தார்கள்? அந்த மூன்றாவது ஆசாமி யார்?'

'சேஷகிரியார்.'

'எதற்கு?'

'கிழவனுக்கு இதில் ஒரு சந்தோஷம் இருக்கலாம். அவர்கள் வீட்டுக்குச் சென்று ஒரு ஸ்டண்ட் அடித்துப் பார்க்கலாமா? 'லுக், விஷயம் பூராவும் எங்களுக்குத் தெரியும். ப்ரதிமா எங்களிடம் எல்லாவற்றையும் சொல்லிவிட்டாள்' என்று. ப்ரதிமா இறந்தது அவர்களுக்கு இன்னும் தெரிந்திருக்காது. செய்தித்தாள்களில் வர நாளாகும். நாளை அங்கே சென்றுவிடுவோமா?'

'பார்க்கலாம்.'

'உங்கள் மனத்தில் வேறு ஏதோ உறுத்துகிறது.'

'அந்தக் கணை, மிஸ்ஸிங் லிங்க் அல்லது ஜிக்ஸா பஸில் மாதிரி இருக்கிறது. எல்லா விஷயங்களும் தனித்தனியாக நிற்கின்றன. முதலிலிருந்தே சொல்கிறேன், ஒரு காரியம் செய். ஒரு காகிதத்தில் எழுதிக்கொள். சம்பந்தமே இல்லாத விஷயங்களாக இருக்கலாம். இருந்தும் எழுதிக்கொள்.'

வஸந்த் ஒரு காகிதத்தில் எழுத ஆரம்பித்தான்.

'ஆரம்பிக்கட்டுமா? அந்த கார். அந்தச் சின்னம். ஒரு சூலம், ஓர் அரைவட்டம், காரில் இருந்த டேப் ரெகார்டர். அதில் ஒலித்த கனகதாரா ஸ்தோத்ரம். அப்புறம் பாப் சங்கீதம். அக்வேரியஸ் என்கிற பாடல். தருணாவின் அவசரம். சாமிநாதனின் அப்பாவித்தனம். ப்ரதிமாவின் நடத்தை மேல் சந்தேகம். சித்தப்பா சேஷகிரி. அவருடைய திருமூலர் நகர். திருமூலர் பாடல்கள். இர்மா என்கிற சங்கம். அவதார புருஷன் சாமிநாதனுக்குப் பிறக்கப் போகிறான் என்கிற நம்பிக்கை. ஜோஸ்யம், ஜாதகம். தருணாவின் உடை மாற்றம். தருணாவுக்கு வேலை கிடைத்த விநோதம். ஒரு குறிப்பிட்ட தினத்தில் பிறந்த பெண் தேவை என்கிற விளம்பரம். அப்புறம் அந்தப் படங்கள். அந்தப் படங்களில் ப்ரதிமா. இங்கே

வந்த உயரமான மனிதன். அவன்கூட கணேஷ் என்று பெயர் சொன்னதாக ஞாபகம் என்று ரத்னம்மாள் சொன்னது... அப்புறம் ப்ரதிமா இறந்த விதம். பலாத்காரம் எதுவும் இல்லை. நகைகளோ கடிகாரமோ கழற்றப்படவில்லை, சுத்தமாகக் கழுத்து நெரிக்கப் பட்டுக் கொல்லப்பட்டிருக்கிறாள். அவனுடன் அவள் ஏன் சென்றாள்? சென்னையிலிருந்து நம்மை எதிர்பார்த்தாளா? முதல் தினம் டெலிபோன் செய்த சென்னை வக்கீல் கணேஷ்தான் விசாரிக்க வந்திருக்கிறான் என்கிற நம்பிக்கையாலா? அப்படித் தான் இருக்கவேண்டும்.

'மிஸ் ப்ரதிமா? உங்களை நான் தனியாகச் சந்திக்கவேண்டும்.'

'நீங்கள்தான் டெலிபோன் செய்ததா?'

'ஆம், நான்தான்.'

'கையெழுத்து கேட்க வந்திருக்கிறீர்களா?'

'உங்களை நான் தனியாகச் சந்திக்கவேண்டும்.'

'சாமிநாதனைப் பற்றித் தெரிந்துகொள்ளவா?'

'ஆம்!'

'வருகிறேன்.'

அவர்கள் மெதுவாக நடக்கிறார்கள், நோ!... வஸந்த்... நோ! அவ்வளவு சுலபமாக அவள் அவன்பின் செல்வாளா? எங்கோ உதைக்கிறது.'

வஸந்த் எழுதுவதை நிறுத்திவிட்டு எழுதியதைப் பார்த்தான். 'என்னிடம் விடுங்கள், பாஸ். சென்னைக்குப் போனதும் ஒவ்வொன்றையும் ஆராய்ச்சி பண்ணித் தள்ளி நூறு பக்கம் ரிப்போர்ட் தருகிறேன். பேசாமல் படுத்துத் தூங்குங்கள். செக்கோனால் தரட்டுமா?'

'அ! மறந்துவிட்டேன். செக்கோனால்! ப்ரதிமாவின் அறையில் இருந்தது. கலீல் கிப்ரானின் புத்தகங்கள் இருந்தன... கலீல் கிப்ரான் படித்தால் மன நிம்மதி ஏற்படும்.'

'இன்று ஹாஸ்டலில் அவள் அறையில் ஏதாவது கிடைத்ததா?'

‘அந்த எஸ்.பி.தான் தேடிக்கொண்டிருந்தார். எதுவும் முக்கிய மானதாகத் தென்படவில்லை. புத்தகங்கள், படுக்கை, பெட்டி, புடைவைகள்... ஓரிரண்டு கடிதங்கள், பவுடர்... ம்ஹூம்.’

‘பள்ளியின் ரெகார்டுகளிலிருந்து ஒரு முக்கியமான செய்தி எனக்குக் கிடைத்தது பாஸ். ப்ரதிமாவின் பிறந்த தினம். அவள் பள்ளியில் சேர்ந்த தினம். எனக்கு என்னவோ இது உபயோகப் படும் என்று தெரிகிறது...’

‘காப்பி கிடைக்குமா?’

‘இந்த வேளையிலா? பேசாமல் தூங்குங்கள்.’

கண்ணை மூடினதும் ப்ரதிமாவின் முகம் தெரிந்தது. வாய் திறந்து... மெலிதான ரத்தக்கோடு. கீழே விழும்போது முள் கீறி யிருக்கலாம். கழுத்தின் கீழ் அந்த நீலம், கயிறு இறுக்கிய அடையாளம்...

இந்நேரம் அவளை மாநில ஆஸ்பத்திரியில் ஒரு ஜில்லென்ற அறையில் கத்தி வைத்துக் கீறி அனாக்ஸியா... ஃப்ராக்சர் ஆஃப் த ஹையாய்டு போன்...

விழித்துக் கொண்டுவிட்டேன். வஸந்த்தின் அறைக்குச் சென்று கதவைத் தட்டினேன்.

வாரிச் சுருட்டிக்கொண்டு எழுந்து பயந்த முகத்துடன் கதவைத் திறந்து, ‘நீங்களா?’ என்றான்.

‘உன் சார்மினார் சிகரெட்டுகளில் ஒன்று கொடு’ என்றேன்.

இரவு முழுவதும் விழித்திருந்தோம்.

7

சாமிநாதனின் சித்தப்பா வீட்டு வாசலில் காத்திருந்தேன். அந்தச் சூலத்தையும் அரை வட்டத்தையும் பார்த்துக்கொண்டிருந்தேன். பக்கத்து அறையில் டக் டக் டக் என்று யாரோ டேபிள் டென்னிஸ் ஆடும் சப்தம் கேட்டது.

'அட!' என்று என்னைப் பார்த்து வியந்தான் சாமிநாதன். அவனை நேராகப் பார்த்தேன். 'என்ன?' என்றான்.

'திங்கள் கிழமை அல்லவா வருவதாகச் சொன்னீர்கள்?'

'வேலை முடிந்துவிட்டது.' இயல்பாகத்தானே இருக்கிறான்?

'ப்ரதிமாவைப் பார்த்தீர்களா?'

'ம்.'

'கையெழுத்து போட்டுவிட்டாளா?'

'ம்?' டேபிள் டென்னிஸ் ஒலி என் மண்டைக்குள் குடைந்தது.

'எங்கே டாக்குமெண்ட்?'

'சாமிநாதன், நான் உங்கள் சித்தப்பாவைப் பார்க்கவேண்டும்.'

'சித்தப்பா நிஷ்டையில் இருக்கிறார் என நினைக்கிறேன். ஏன்?'

'விஷயம் கொஞ்சம் சிக்கலாகி இருக்கிறது.' அவன் முகம் மாறியது.

'ஏன்? மாட்டேன் என்றுவிட்டாளா?'

'இல்லை.'

'பின்?'

'நான் பெரியவரைப் பார்க்கவேண்டும். யார் டேபிள் டென்னிஸ் ஆடுகிறார்கள்?'

'பக்கத்தில் சின்னப் பையன்கள் ஆடுகிறார்கள். தருணாவும் ஆடுகிறாள். இருங்கள், சித்தப்பா முடித்து விட்டாரா என்று பார்க்கிறேன்.'

நான் காத்திருந்தேன். அந்த டேபிள் டென்னிஸ் எங்கிருந்து வருகிறது? நான் மெதுவாக ஹாலுக்கு வந்தேன். குள்ள மேஜை மேல் ஒரு கடிதம் வைத்திருந்தது, இன்னும் கிழிக்கப்படாமல். அதை எடுத்து பத்திரப்படுத்தினேன். ஹாலின் ஓரத்தில் ஏழெட்டு ஜோடி செருப்புகள் இருந்தன. எங்கே அவர்கள் எல்லாம்? வாயிற்புறம் மறுபடி வந்தேன்.

மாலை வேளை சூரியன் விழுந்துகொண்டிருந்தான். ட்வீட் ட்வீட் ட்வீட் என்கிற ஓரிரண்டு கடைசிப் பறவைகளின் குரலுடன் பின்னணியில் அந்த டேபிள் டென்னிஸ் சத்தம் கேட்டது.

சாமிநாதன் மறுபடி வந்தான். 'இன்னும் பதினைந்து நிமிடங்கள் ஆகும். காத்திருக்கிறீர்களா?' என்றான்.

'காத்திருக்கிறேன்' என்றேன்.

'ப்ரதிமா என்ன சொன்னாள்?' என்றான்.

'சாமிநாதன், உங்களுக்கு இது கொஞ்சம் அதிர்ச்சி தரலாம். ப்ரதிமா விடமிருந்து உங்களுக்கு விவாகரத்து இனி தேவைப்படாது.'

'ஏன்?'

'அவள் இறந்துவிட்டாள்.'

'மை காட்! ஓ மை காட்!' அப்படியே குந்தி உட்கார்ந்துவிட்டான். 'ப்ரதிமா... ப்ரதிமா இறந்து விட்டாளா? ஓ! நோ!'

தலையை ஆட்டி முகத்தை மறைத்துக்கொண்டு 'கோ' என்று கதறி அழுதான். நான் அவன் அழுவதையே பார்த்துக் கொண்டிருந் தேன். 'என்ன சார் சொல்கிறீர்கள்? என்ன சொல்கிறீர்கள்?'

'அவள் கொல்லப்பட்டிருக்கிறாள்.'

'என்னடா இங்கே இரைச்சல்?' என்று குரல் கேட்டது. இவர் எங்கிருந்து திடீர் என்று தோன்றினார்? சேஷகிரி.

'சித்தப்பா! சித்தப்பா! ப்ரதிமா செத்துப் போய்விட்டாளாம். சித்தப்பா.'

'என்னது?'

'ஸாரி சார். அவள் கொல்லப்பட்டு விட்டாள்.'

'எப்ப! என்றைக்கு?'

'நேற்று முன்தினம்.'

'எங்கே?'

'நீலகிரியில் ஒரு பிரைவேட் ஸ்கூலில் மர்டர்' என்றேன்.

'ச்ச்ச்ச்ச்ச்! என்ன ஒரு அதிர்ச்சி தரும் சமாசாரம்! இப்படி ஆகும் என்று நான் எதிர்பார்க்கவே இல்லை! நீ ஏண்டா இப்படி ஓடிப் போனவளுக்காக அழறே? அவள் உனக்காக ஒரு தடவை கண்ணீர் சிந்தியிருக்கிறாளா? உன்னை ஒரு மனுஷனாக மதித்திருக்கிறாளா? ஏண்டா இப்படி அழறே?'

'இருந்தாலும் தொட்டுத் தாலி கட்டின பொண்டாட்டியில்லையா சித்தப்பா?'

'என்னடா பொண்டாட்டி, செத்து ஒழிந்த பிற்பாடு?

ஊரெல்லாம் கூடி ஒலிக்க அழுதிட்டு
பேரினை நீக்கிப் பிணம் என்று பேரிட்டு
சூரையங் காட்டிடைக் கொண்டுபோய்ச் சுட்டிட்டு
நீரினில் மூழ்கி நினைப்பொழிந்தார்களே!

அவ்வளவுதானடா?'

'இன்னும் கொண்டுபோய்ச் சுட்டிருக்க மாட்டார்கள். ஆடாப்ஸி நடந்துகொண்டிருக்கும். மார்ச்சுவரியில்தான் பாடி இருக்கும்' என்றேன்.

'யார் கொன்றது?'

'தெரியவில்லை. நான் போவதற்குள் காரியம் நடந்துவிட்டது.'

'போலீஸ்காரர்கள் விசாரிப்பார்களா!'

'நிச்சயம் இங்கேகூட வருவார்கள்.'

'வந்தால் என்ன? அவள் எவன் வயிற்றெரிச்சலைக் கொட்டிக் கொண்டாளோ? எவன் எவனுக்கு துரோகம் செய்தாளோ? அந்த வினையே அவளைக் கொன்றிருக்கும்... தாராளமாக போலீஸ் வரட்டும். அவள் இங்கே எப்படி நடந்துகொண்டாள், என்ன என்ன செய்தாள் என்று சொல்லிவிடலாம். ஏதோ சனியன் ஒழிந்தது. இருந்தாலும் ஷாக்கிங்! இன்றைக்கு ராத்திரி சோறு கிடையாது சாமிநாதா, போய்க் கிணற்றிலே நீர் இறைத்துக் குளி. தலை முழுகு!' என்றார்.

நான் தயங்கினேன்.

'அப்ப உனக்கு இனிமேல் வேலையில்லை. அதுதான் ஒரு வழியாக ஒழித்துக் கட்டிவிட்டாயே. டேய், வக்கீலுக்கு உண்டான பணத்தைக் கொடுத்துவிட வேண்டியதுதானே?'

'முன்பணமாகவே கொடுத்திருக்கிறேன் சித்தப்பா' என்று கண்களைத் துடைத்துக்கொண்டான் சாமிநாதன்!

'ஒரு விஷயம், ப்ரதிமாவின் அறையில் சில போட்டோக்கள் அகப்பட்டன.'

திரும்பி நடந்துகொண்டிருந்தவர் சற்றுத் தயங்கி நின்றார். 'என்ன போட்டோ?'

'வெளியில் சொல்லிக்கொள்ளும்படியாக இல்லாத போட்டோக் கள்.'

சாமிநாதனும் சேஷகிரியாரும் ஒருவரை ஒருவர் சற்று - சற்றுத் தான் - பார்த்துக்கொண்டார்கள்.

'அந்த போட்டோக்களை நான் பார்த்தபோது எப்படி அம்மாதிரி எடுக்கக்கூடும் என்பதே தெளிவாகவில்லை.'

'என்னடா இதெல்லாம்!'

'எனக்கு ஒன்றும் தெரியாது.'

விபரீதக் கோட்பாடு • 83

'என்னடா சாமி, என்ன போட்டோ?'

'எனக்குப் புரியவில்லை சித்தப்பா.'

'போலீஸ் அதைப் பற்றிக் கொஞ்சம் விவரம் கேட்கலாம்.'

'கேட்கட்டுமே, நீ என்ன பயமுறுத்துகிறாயா? ஹஸ்பெண்டும் ஒய்ஃபும் எப்படி வேணா போட்டோ எடுத்துக்கக் கூடாதா? என்னவோ சரியான சாவுகிராக்கி வக்கீல் நீ. காரியத்தை எடுத்தே, கொன்னே, முடிச்சுட்டே. இனி உன் சங்கதி எங்களுக்கு வேண்டாம். பீஸ் ஏதாவது பாக்கி இருந்தால் இப்பவே வாங்கிக் கொண்டு போய்விடு!'

'பாக்கி நான்தான் கொடுக்க வேண்டும். எனக்கு ஆன செலவுகள் போக நாலாயிர ரூபாயில் பாக்கிப் பணத்தை இந்தக் கவரில் வைத்திருக்கிறேன். நான் வரட்டுமா? குட் நைட்.'

வஸந்த் காகிதக் குப்பைகளின் மத்தியில் உட்கார்ந்திருந்தான். என்னைப் பார்த்ததும். 'எனி லக்?' என்றான்.

'பெரியவருக்கு அந்த போட்டோக்களைப் பற்றி நிச்சயம் தெரியும். பொதுவாக போட்டோக்களைப் பற்றித்தான் பேச்சை எடுத்தேன். ஒரு கணவனும் மனைவியும் எப்படி வேண்டுமானாலும் போட்டோ எடுத்துக்கொள்ளலாம் என்று அவரே வாய் தவறிச் சொல்லிவிட்டார்.'

'ப்ரதிமா இறந்தது அவர்களுக்குத் தெரியுமா?'

'நானே சொல்லிவிட்டேன்.'

'நீங்களேவா? ஏன்?'

'அவர்களுடைய ரியாக்ஷனைப் பார்க்க. நன்றாக நாடகம் ஆடினார்கள். சாமிநாதன் விசித்து விசித்து அழுகிறான், மூஞ்சியை மூடிக்கொண்டு. கண்ணில் ஒரு பொட்டுத் தண்ணீர் இல்லை. பெரியவர் திருமூலரிடமிருந்து மேற்கோள் காட்டு கிறார். யாக்கை நிலையாமை பற்றி... இருந்தும்...'

'இருந்தும்?'

'எனக்கு என்னவோ அந்தக் கொலையையும் இவர்களையும் சம்பந்தப்படுத்தவே முடியவில்லை. எப்படி அவர்களுக்கு

ப்ரதிமா இருக்குமிடம் தெரியும்? தெரிய நியாயமே இல்லை. உதைக்கிறது.'

'அப்புறம் கொல்வதற்கு ஒரு காரணமும் இல்லையே. ப்ரதிமா ஏதாவது சாமிநாதனின் மறு விவாகத்துக்குத் தடையாக இருந்து குறுக்கிட்டாளா? இல்லை, அவள் விவாகரத்துக்கு உடனே சம்மதிக்கிறாள். அவளை ஏன் கொல்லவேண்டும்?'

'வேறு கோணத்தில்தான் யோசித்துப் பார்க்கவேண்டும். நீ என்ன செய்தாய்?'

'ஆராய்ச்சி. நீங்கள் சொன்ன ஒவ்வொரு விஷயத்திலும் மேலும் தீர்வான ஆராய்ச்சி. சில திடுக்கிடும் முடிவுகள்!'

'படி.'

'முதலில் அந்தச் சின்னம், ஒரு சூலம், ஒரு அரை வட்டம். அதற்கு அர்த்தம் என்ன தெரியுமா? மலையாள மாந்திரீகத்தில் வருகிறது. இது ஒரு யந்த்ரம் அல்லது சக்கரம். படிக்கிறேன் கேளுங்கள்.

'மேற்கண்ட சக்கரத்தை ஓர் தாம்பாளத்தில் விபூதி வைத்து சக்கரத்தை எழுதிவைத்துக்கொண்டு தாம்பூலம், பழம், வெல்லம், அவல், கடலை, ரஜஸ்வலையின் ரத்தம் முதலியவற்றை வைத்து சூடம், ஊதுவத்தி, சாம்பிராணி புகைத்துச் சொல்லும் மந்திரம் 'ஓம் - ஐயும் - கிலியும் - சௌவும் - வாவா என் குருவே, உலகமெல்லாம் தேவரீர் கைவசமானது போல சர்வ சத்ருக்களும் என் வசமாக சுவாஹா.' இந்தச் சக்கரத்தைப் பஞ்சலோகத் தகட்டில் எழுதி பொன் வெள்ளி தாமிரத்திலாவது டாலர் செய்து அணிய சர்வ காரியங்களும் சித்தியாகும்.

'இண்டரஸ்டிங்! எங்கிருந்து பிடித்தாய்?'

'லீவ் இட் டு வஸந்த், பாஸ்! எனக்கு சப்ஜெக்டை மட்டும் காட்டி விடுங்கள். பிரிட்டிஷ் மியூசியத்தில் இருந்தாலும் கொண்டுவந்து சேர்த்து விடுவேன். அப்புறம் கனகதாரா ஸ்தோத்ரம் என்பது ஆதிசங்கரரின் சுலோகங்கள். அதற்கு ஒரு கதை இருக்கிறது. ஒரு ஏழைப் பெண், நெல்லிக்கனி...'

'ஸ்கிப் இட், அந்த பாப் சங்கீதம்?'

'அக்வேரியஸ்? அதுதானே? அதற்கும் ஜோஸ்யத்துக்கும் சம்பந்தம் உண்டு. பாப் யுகத்தவர்கள் அக்வேரிய யுகத்தின்

பிறப்புக்குக் காத்திருக்கிறார்கள். அது ஒரு பொற்காலத்தின் பிறப்பு என்று நம்புகிறார்கள். நவீன பாப் யுகத்தில் அஸ்ட் ராலஜிக்கு இடம் உண்டு. வெர்னல் ஈக்வினாக்ஸ் என்பது அக்வேரியனில் நுழையப் போகிறதாம். இரண்டாயிரம் வருஷத் துக்கு ஒரு தடவை வருகிற நிகழ்ச்சியாம் இது, அப்போது ஓர் அவதார புருஷன் பிறப்பானாம்! ஆதாரம்: ஐஸக் அஸிமோவ்.

'ஓ! அதுதான் சேஷகிரியாருக்கு அதில் ஈடுபாடு. கொஞ்சம் கொஞ்சமாக இமேஜ் க்ளியராகிறது. 'அந்தப் படத்தை என்லார்ஜ் பண்ணிக்கொண்டு வரச் சொன்னேனே, என்ன ஆயிற்று?'

'ஓ, மறந்துவிட்டேன்.மோஸ்ட் இண்டரஸ்ட்டிங் பாஸ். என்லார்ஜ் பண்ணச் சொன்ன மூளையே மூளை! பாருங்கள்.'

ஏறக்குறைய அந்த மேஜை அளவுக்கு அந்தப் படம் பெரிது பண்ணப்பட்டிருந்தது.

'மை காட்!' என்றேன்.

உடனே தெளிவாகிவிட்டது விஷயம்.

ப்ரதிமாவும் சாமிநாதனும் படுத்துக்கொண்டிருக்க, சற்றுத் தள்ளி இருட்டில் நிழலில் யாரோ நின்று கட்டிலில் நடப்பதைக் கவனித்துக்கொண்டிருக்கிறார்கள்.

என் மனத்தில் கேள்விகளாக அடுக்கப்பட்டன. பிறர் பார்த்துக் கொண்டிருக்க இவர்கள் இரண்டு பேரும் கூலாக... 'மை காட்! நௌ ஐ கெட் இட்.'

'என்ன?'

'ப்ரதிமா ஏன் எல்லாப் படங்களிலும் கண் மூடி இருக்கிறாள் என்று...'

'ஏன்?'

'முட்டாளே, அவளை ஹிப்னாடிஸத் தூக்கத்தில் ஆழ்த்தியிருக் கிறார்கள்!'

'ஓ, அவதார புருஷன்... இப்போது புரிகிறது!'

'மாந்திரீகம் ஜோஸ்யம்! வஸந்த், ரஜஸ்வலையின் ரத்தம் என்றால் என்ன தெரியுமா? மென்ஸ்ட்ருவல் ப்ளட்!'

‘ஈச்!’ என்று சிலிர்த்துக்கொண்டான்.

‘விஷயம் சூடாகிறது. வெய்ட் எ மினிட். அந்த டேபிள் டென்னிஸ் ஆட்டம். ஸம்திங் ராங்?’

‘அவர்கள் வீட்டில் காத்திருந்தபோது தொடர்ந்து டேபிள் டென்னிஸ் ஆடும் சப்தம் கேட்டது. ஆனால் அதில் ஒரு வினோதம்... ஆட்டம் நிற்கவே இல்லை. டக் - டக் - டக் - டக் - டக் - டக் ஒரே சீராக. டேபிள் டென்னிஸ் என்றால் நடுவில் பந்து தவறாதோ? பதினைந்து நிமிஷமும் தொடர்ந்து நேர்த்தியாகவா? என்ன அர்த்தம்?’

‘சொல்லத் தெரியவில்லை.’

‘திரும்பத் திரும்ப வரும் சப்தங்களிலிருந்து ஒருவனை ஹிப்னாடைஸ் பண்ணலாம். அங்கு ஏதோ ஹிப்னாடிஸ முயற்சி நடந்துகொண்டு இருந்திருக்கிறது!’

‘இப்போது படம் தெளிவாகிறது பாஸ். இர்மா என்பது விபரீதக் கோட்பாடுகள் உடைய ஒரு சங்கமாக இருக்கலாம். அப்புறம் ப்ரதிமாவைப் பற்றி இன்னொரு முக்கியமான செய்தி, சொல்ல மறந்துவிட்டேனே. அவள் பிறந்த தேதி, அதன் தமிழ் நட்சத்திரத்தை ஆராய்ந்தேன். ப்ரதிமா, தருணா இரண்டு பேரும் ஒரே நட்சத்திரம். உத்திரட்டாதி. இதற்கு ஒரு ஜோஸ்யரைப் பார்த்து அந்த ஆள் முக்கால் மணி நேரம் போரடித்து விட்டான். தருணாவின் இண்டர்வ்யூவில் அவள் பிறந்த நேரம் கேட்டார்களே. அதற்கு என்ன முக்கியத்துவம் தெரியுமா? அந்த டிசம்பர் 21-ந் தேதி பன்னிரண்டு நாற்பதுக்கு மேல் நட்சத்திரம் மாறிவிடுகிறதாம். அதுவரைதான் உத்திரட்டாதியாம். எனவே அவர்களுக்கு உத்திரட்டாதியில் பிறந்த பெண்கள்தான் வேண்டும் என்று தோன்றுகிறது. ஏன் என்பது பின்னால் வருகிறது.’

‘விபரீதக் கோட்பாடுகள் ஒவ்வொன்றாகத் தெரிகின்றன; ஆனால் தருணா செகரட்டரியாக அல்லவா தேர்ந்தெடுக்கப் பட்டாள்?’

‘இருந்தால் என்ன? இது அவர்கள் பெண்களைக் கவரும் ஒரு ஸ்டாண்டர்ட் முறையாக இருக்கலாம். செகரட்டரியாக எடுத்துக் கொண்டு சாமிநாதன் மெதுவாக அவளுடன் அப்பாவித்தனமாகச் சினேகிதமாகி அவனுக்குக் கிடைக்கப் போகும் சொத்து, வாரிசு

பற்றி இவள் அறிந்து ஆசை உண்டாகி... மெதுவாக இவள்பால் ஈடுபட்டு மெல்ல மெல்லத்தான் வலைக்குள் சிக்கவைக்க வேண்டும்.'

'எதற்கு? என்ன வலை இது?'

'அப்படிக் கேளுங்கள். இதோ வருகிறது என் ரிஸர்ச்சின் கொடுமுடி டட்டடாங்' என்றான்.

'விளையாடாதே!'

'ஒரு நல்ல காரியம் செய்தால் எனக்கே நான் சபாஷ் சொல்லிக் கொள்வேன். சபாஷ்டா வஸந்த்' என்று முதுகில் தட்டிக் கொண்டான்.

'சொல்லு! சொல்லு.'

'நீங்கள் நம்ப மாட்டீர்கள்.'

'சொல்லு!'

'சஸ்பென்ஸ்.'

'சே! சொல்லித் தொலை.'

'நான் இந்தச் சின்னத்தைப் பற்றி ஆராய்வதற்குக் கன்னிமராவி லிருந்து ஒரு புத்தகம் வாங்கி வந்தேன். பார்க்கிறீர்களா? மெல்லப் பொடிப் பொடி ஆகிவிடும்.'

'எவ்வளவு பெரிய புத்தகம்!'

'அதர்வ வேத சாரம், 1908-ல் பதிப்பித்தது. இந்தப் புத்தகத்தில் நான் சில இடங்களில் காகிதம் செருகி மார்க் பண்ணியிருக்கிறேன். பாருங்கள். படித்துப் பாருங்கள். நானூற்று எழுபத்தாறாம் பக்கம் என நினைக்கிறேன்.'

நான் ஜாக்கிரதையாக அந்தப் பக்கத்தைப் பிரித்தேன். படித்தேன். பிரித்தேன். விசிலடித்தேன்.

'அவதார புருஷ மகிமை: நூற்றாண்டில் ஒரு முறைதான் அவதார புருஷ ஜனனம், இதன் தகப்பன் நல்ல சூரிய சிரேயஸ்ஸில் இருந்து குரு கடகத்திலும், புதன் கன்யாவிலும், சந்திரன் ஏழிலும், சிறு வயதில் தாய், தந்தை இழந்தவனாகவும் மார்பில் அதிகம் ரோமம் உள்ளவனாகவும் குறியில் மச்சம்

உள்ளவனாகவும் இருத்தல் வேண்டும். இவன் கடும் விரதம் அனுஷ்டித்து தன் திரவியங்களைக் காத்து நாற்பத்து எட்டு நாட்கள் பவுர்ணமியில் இருந்து பெண் வாசனை இல்லாமல் இருந்து உத்திரட்டாதியில் பிறந்தவளில் இருபத்தி ஓராம் வருஷம் இருபத்தி ஓராம் நாளில் அவளுடன் 'நான் பலசாலி, அரணியிலிருந்து கடைந்த அக்னிபோல் உண்டாகும் இந்த ஸத்புத்ரன் நல்ல வர்ணமும் செல்வமும் சக்தியும் பிரும்மன் மூலமாக ரேதஸ்ஸை விட்டு தாதா அதைக் கருவாக்கட்டும், த்வஷ்டா அவயங்களைச் செய்யட்டும், அஸ்வினி தேவர்கள் கருவை உண்டுபண்ணட்டும், பூமி அக்னியையும் தியுலோகம் இந்திரனையும் கருவில் வைத்திருப்பதுபோல் நீ கரு வைத்தது என்று நின்று நடந்து நிமிர்ந்து நனைந்து அவளும் பிரவேசிக்க அதன்பின் யோகசித்தர் ஒருவர் மேலும் பிரவேசிக்க அந்த ஸங்கமத்தில் உண்டாகும் அந்த தெய்வக்கரு உலகை ஆளும் புத்திரனாக தேஜமேக எனும் ஹேகிரஹமே நீ இவளை விட்டு விலகி புருஷக் குழந்தையுடன் வா! ஸர்ப்பமானது பர்ணப் பெட்டியில் புகுவதுபோல் சிசு கருவில் நுழையவேண்டும் என்று மறுநாள் காலையில் நித்யகர்மாக்கள் ஆனபின் கர்ப்பாதானத்தை முடிக்க மறுபடி அவளுள்...'

'ஓ நோ!' என்றேன்.

'புரிகிறதா?' என்றான்.

'What madness' என்றேன்.

'இரண்டு பேரும் உத்திரட்டாதி! தருணா, ப்ரதிமா, சாமிநாதன் சிறுவயதில் தாய் தந்தை இழந்தவன். மார்பில் ரோமமுள்ளவன்.'

நான் ஸ்தம்பித்து நின்றேன். ப்ரதிமாவின் அந்த இரவு என் மனத்தில் தோன்றியது. அவளை ஹிப்னாடிஸத் தூக்கத்தில் ஆழ்த்தி முதலில் சாமிநாதன் அப்புறம்... கடவுளே!

'என்ன கண்றாவிப் புஸ்தகம் இது!'

'இந்த மாதிரி நூற்றுக்கணக்கான பயங்கரங்கள் அந்தப் புத்தகத்தில் இருக்கின்றன பாஸ். ஆனால் இதைவிடப் பயங்கரம் இதில் எழுதியிருப்பதை நம்பிக் கடைப்பிடிக்கிறதே ஒரு கும்பல் அந்த சைக்கோஸிஸ்தான் விளங்கவில்லை. எலக்ட்ரானிக் யுகத்தில் இப்படியொரு கும்பலா?'

'ப்ரதிமாவுக்கு இந்த அவதார புருஷன் ட்ரீட்மெண்ட் கிடைத் திருந்திருக்கிறது. அதோடு மட்டும் இல்லாமல் சொந்த சந்தோஷத்துக்குக் கிழவன் போட்டோ வேறு எடுத்து வைத்திருக் கிறான். அதன் நெகட்டிவ்கள் எப்படியோ ப்ரதிமாவின் கையில் அகப்பட்டிருக்கிறது. அவள் திகிலடைந்து இருக்கலாம். சண்டை போட்டிருக்கலாம். ஆனால் உடனே வீட்டை விட்டு ஓட வில்லை என்று தெரிகிறது. எதிர்காலத்துக்கு வழி கண்டுபிடித்துக் கொண்டுதான் ஒரு டீச்சர் வேலைக்கு ரகசியமாக மனு போட்டு, அது கிடைத்தபின்தான் கிளம்பியிருக்கிறாள். இந்தப் பைத்தியக் காரக் கும்பலின் விபரீதச் செய்கைகள் முழுமையும் அவளுக்குத் தெரிந்திருக்கலாம். ஓரே ஓட்டம். சொல்லாமல் கொள்ளாமல் ஓடிவிட்டாள். அவள் எங்கே என்று அவர்களுக்குத் தெரிய வில்லை. அவர்கள் அவ்வளவு சிரமப்பட்டு நிகழ்த்திய கர்ப்ப தானம் என்ன ஆயிற்று? அவதார புருஷன் அந்தச் சங்கமத்தில் உண்டானானா? அல்லது ஏதாவது நிழலான அறையில் அழுத்திக் கொல்லப்பட்டானா? பெண் ஓடிவிட்டாள். எனவே அவதார புருஷ ஜனனத்துக்கு மற்றொரு உத்திரட்டாதியைத் தேட வேண்டும். வந்தவள் தருணா. அவள் வழிக்கு வருகிறாள். ஆனால், முதல் மனைவியை விவாகரத்து செய்யவேண்டும் என்கிறாள். எனவே அவர்கள் நம் உதவியை நாடுகிறார்கள். முதல் மனைவியைக் கண்டுபிடித்துக் கொடுக்க. நாம் கண்டு பிடித்து விட்டோம். அப்புறம் என்ன நடக்கும்? அப்புறம் என்ன, மற்றொரு முயற்சி அவதார புருஷனுக்கு இருபத்தோரு வருஷம் இருபத்தோரு நாள்?'

'வெய்ட் எ மினிட், தருணாவின் பிறந்த தேதி என்ன?'

'1955 டிசம்பர் இருபத்து ஒன்று.'

'இன்றைக்கு என்ன தேதி'

'1977 ஜனவரி பன்னிரண்டு! காட், இன்றைக்குத்தான் அந்த டேபிள் டென்னிஸ் விளையாட்டு! வஸந்த், இன்றைக்குத்தான் தருணாவுக்கு ட்ரீட்மெண்ட்! கிளம்பு.'

'எங்கே?'

'தருணாவைக் காப்பாற்ற?' டெலிபோனை எடுத்து ராஜேந்திர னுக்கு டெலிபோன் செய்தேன்.

'கணேஷ் ஹியர், ஞாபகம் இருக்கிறதா?'

'நான் கேட்க வேண்டிய கேள்வி. என்ன, சொல்லுங்கள் காரியம் எதுவும் இல்லாமல் போன் பண்ண மாட்டீர்களே?'

'முத்துராமலிங்கம்னு உங்க பேட்ச் மேட்டு, நீலகிரியில் இருக்கிறாரே?'

'தெரியும். அவர் ஜூரிஸ்டிக்ஷன்லகூட ஒரு மர்டர் பற்றி மெஸேஜ் வந்தது.'

'அது சம்பந்தமாகத்தான் உங்களுக்கு டெலிபோன் செய்தேன்.'

'என்ன, ஏதாவது புதிதாகத் தெரிந்ததா?'

'இல்லை ஒரு ஹஞ்ச். நான் இப்போது திருமூலர் நகர்னு போரூர் பக்கத்திலே ஒரு காலனி இருக்கிறது. அங்கே சேஷகிரி என்பவரின் வீட்டுக்குச் செல்கிறேன். அங்கே கொஞ்சம் கெட்ட காரியங்கள் நடக்கிறது என நினைக்கிறேன். நீலகிரி மர்டருக்கும் பார்ட்டிக்கும் சம்பந்தம் இருக்கிறது என நினைக்கிறேன். அதுவும் ஒரு ஹஞ்ச்தான். இருந்தும் அங்கே போலீஸ் உதவி எனக்குத் தேவைப்படும். அனுப்பி வைக்கிறீர்களா?'

'திருமூலர் காலனி, சேஷகிரி, ஓ.எஸ். டன்! மேலே ஏதாவது தேவையா?'

'தற்போதைக்கு இல்லை. பார்க்கலாம். மறுபடி சாவதானமாகப் போன் பண்ணுகிறேன். ஒரு பெண்ணை ரெஸ்க்யூ பண்ண வேண்டும்...'

டெலிபோனை வைத்தேன். 'குட் ஓல்ட் ராஜேந்திரன். ஆல்வேஸ் ஹெல்ப்ஃபுல்' என்றேன். 'வஸந்த், கிளம்பு.'

'ரெடி.'

'ப்ரதிமாவின் கொலை ஒன்றுதான் இன்னும் தெளிவாகவில்லை. அதை அப்புறம் கவனித்துக்கொள்ளலாம். இப்போது உடனே அந்தத் தருணா.'

8

நான் மறுபடி அந்த வீட்டைத் திருட்டுத்தனமாக அடைந்தபோது மணி இரவு ஒன்பது இருக்கும். வீடு நிசப்தமாக இருந்தது. இப்போது அந்த டேபிள் டென்னிஸ் சப்தம் மெலிதாகக் கேட்டது.

'வஸந்த், நீ இங்கேயே நின்றுகொண்டிரு. போலீஸ் ஜீப் வந்தால் ஆர்ப்பாட்டம் பண்ணாமல் இங்கேயே காத்திருங்கள். என் விசில் தெரியுமல்லவா உனக்கு?'

'ஓ எஸ்! விசில் அடித்ததும் வரவேண்டும். அவ்வளவுதானே? ஏமாற்றிவிட்டு நீங்கள் மட்டும் தனியாகப் போகிறீர்கள்.'

'கடமை அழைக்கிறது.'

'என்னைக்கூடத்தான் அழைக்கிறது...'

'பொறு.'

நான் வீட்டின் பின்புறம் சென்று சுலபமாக காம்பவுண்டு சுவரைத் தாண்டிக் குதித்தேன். ஒரு மாடு தலையை அசைத்து மணி சப்தம் செய்தது.

'வீட்டின் இடது புறம் வந்தேன். அங்கேதான் அந்த அறை இருக்க வேண்டும். அங்கிருந்துதான் மாலை அந்த டேபிள் டென்னிஸ் சப்தம் வந்தது.

ஜன்னல் வழியாக எட்டிப் பார்த்தேன். தூரத்தில் மெலிதாகப் பேச்சுக்குரல் கேட்டது. வாயில்புறம்தான் வழி இருக்கும் போலிருந்தது. மெதுவாக வீட்டின் வாயில்புறம் வந்தேன். இடது புறம் ஷெட் இருந்தது. அதில் இரண்டு கார்கள் நின்று கொண்டிருந்தன. ஒன்று அந்தப் படகுக் கார். இன்னொன்று அம்பாஸடர்.

வாசலில் ஒரே ஒரு விளக்கு எரிந்துகொண்டிருந்தது. கதவு சாத்தி இருந்தது. மிகமிக மௌனமாக இருந்தது. அந்தக் கதவைத் தொட்டுப் பார்த்தேன். தாளிட்டிருந்தது. பின் பக்கம் வந்தேன். மேலே பார்த்தேன். ஷூவைக் கழற்றினேன். ட்ரெய்ன் பைப்பைப் பிடித்துக் கொண்டு சரசர என்று ஏறிவிட்டேன்.

மொட்டை மாடியில் வந்து நின்றேன். அந்தக் கண்ணாடிக் கதவுகள் எல்லாம் தாளிடப்பட்டிருந்தன. ஒன்றைத் தவிர.

உள்ளே இருட்டாக இருந்தது. விளக்கைப் போடுவது ரிஸ்க்காக இருக்கும் எனப்பட்டது. அந்தச் சப்தம் எங்கிருந்து வருகிறது?

தடவித் தடவித் தடவி அந்தக் கதவைத் திறந்தேன். கீழே போகும் மரப்படி.

குரல்கள் கீழேதான் கேட்கின்றன.

மரப்படியில் பதிய இறங்கினேன். பாட்டுச் சப்தம் கேட்டது. இடதுபுறத்து அறையில் வெளிச்சம் தெரிந்தது. திரை தொங்கியது. மெதுவாக அந்தத் திரையை லேசாக விலக்கிப் பார்த்தேன்.

சாமிநாதன் ஒரு வாஷ் பேஷினின் முன் நின்றுகொண்டு பாடிக் கொண்டே அக்குளில் பவுடர் தெளித்துக் கொண்டிருந்தான். அங்கிருந்து அந்தப் பக்கம் ஒரு சிறிய அறை தெரிந்தது. அதில் ஒரே ஒரு விளக்கு எரிந்துகொண்டிருந்தது. நடுவே நீண்ட மேஜை.

தருணா...

'வாடா சீக்கிரம்' என்று சித்தப்பாவின் குரல் கேட்டது.

'ஒரு நிமிஷம் சித்தப்பா.'

நல்ல வேளை, விளக்கை அணைத்துவிட்டுச் சென்றான். நான் அந்த அறையில் நுழைந்து மெதுவாக எதிர்க் கதவை அடைந்து கதவோரம் நின்று உள்ளே பார்த்தேன்.

இப்போது அவர்கள் தெளிவாகத் தெரிந்தார்கள். ஓரத்தில் ஒரு டேப் ரெகார்டர் தெரிந்தது. அதிலிருந்து மெலிதாக டக் டக் என்று பிடிவாதமாக அந்த டேபிள் டென்னிஸ் ஒலி வந்து கொண்டிருந்தது. அதன் எதிரே ஒரு நாற்காலி போடப்பட்டு அதில் தருணா நேர்ப் பார்வை பார்த்துக்கொண்டு உட்கார்ந்திருந்தாள். அசைவே இல்லை. ஒரே ஒரு விளக்கு மிகவும் தாழ்வாகத் தொங்கிக்கொண்டிருந்தது. அதன் இருட்டில் தூரத்தில் ஓர் உயர நாற்காலியில் மாலை போட்டுக் கொண்டு சேஷகிரி உட்கார்ந்திருந்தார். பக்கத்தில் சிலர் நின்று கொண்டிருந்தார்கள். எல்லோரும் மிக மௌனமாக இருந்தார்கள்.

'என்ன, தூங்கி விட்டாளா?'

'மூன்றாம் நிலையில் இருக்கிறாள் மஹாப்ரபு.'

ஒருவன் தருணாவின் முன்பு மண்டியிட்டுத் தலையைத் திருப்பிப் பார்த்தான். அது பொம்மைத் தலைபோல் திரும்பியது. அவன் எவ்வளவு உயரமாக இருக்கிறான்?

'தருணா தருணா.'

பதில் இல்லை. மூச்சு சீராக வருகிறது. நான்காவது சமாதியை எய்திவிட்டாள். சமஸ்காரத்தைத் தொடங்கலாம்.

'தயாரா?'

'தயார் மஹாப்ரபு' என்று பனியனை அவிழ்த்தான் சாமிநாதன். மண்டியிட்டிருந்தவன் தருணாவை அப்படியே அலாக்காகத் தூக்கி நடு மேஜையில் கிடத்தினான்.

'வெந்நீர் தயாராக இருக்கிறதா?'

'தயார் மஹாப்ரபு.'

'கழற்று.'

அவன் மெதுவாகத் தருணாவின் புடைவையை இடுப்பிலிருந்து தளர்த்த நான் நிதானமாக தெளிவாக சப்தமாகக் கை தட்டினேன். 'சபாஷ்' என்றேன்.

அத்தனை பேரும் திடுக்கிட்டு என் திசையில் நோக்கினார்கள். 'பிர மாதம் பிரமாதம்! அவதார புருஷனை உற்பத்தி செய்யும் சடங்கு!'

'யார் இவனை உள்ளே விட்டார்கள்? பிடி அவனை! பிடித்துக் கட்டி விடு! வித்தியாசாகர், என்ன பார்த்துக்கொண்டிருக்கிறாய்? பிடி!'

அவர்கள் என்னிடம் ஓடி வந்தார்கள், 'கிட்டே வராதீர்கள், கிழிப்பேன்!' என்று கத்தினேன்.

'அவர்கள் மடத்தனமாக ஓடி வந்தார்கள். சாமிநாதன் அவசர அவசரமாக பனியனை மாட்டிக்கொண்டான்.

நான்கு பேரும் திறமை இல்லாதவர்கள். அவர்கள் கட்டியிருந்த வேட்டி வேறு கொஞ்சம் தடையாக இருந்தது அவர்களுக்கு. நான் கொஞ்சம் கராத்தே பயின்றவன். எனவே, முதல் ஆசாமியை முழங்காலால் படக்கூடாத இடத்தில் அடித்தேன். அவன் இனி சில நாட்களுக்கு சமஸ்காரம் செய்ய முடியாது. மற்றொருவனை இடது தோளில் வெட்டி, கையை நூற்று எண்பது டிகிரி சுழற்ற, தொபால் என்று விழுந்தான். எனக்கே வலித்தது.

சேஷகிரி எங்கிருந்தோ ஓர் ஆப்பிள் கத்தியை எடுத்துக்கொண்டு. 'உன்னைக் குத்திக் கொலை செய்கிறேன் படவா' என்று ஆக்ரோஷமாக வர, நான் 'தாத்தா! வேண்டாம் இந்த விஷப்பரீட்சை!' என்றேன். இதற்குள் பாக்கியிருந்தவர்கள் அருகில் ஆயுதம் போல எது இருந்தாலும் எடுத்துக்கொண்டு என் மேல் ஓடி வர...

கதவு இடிபடும் சப்தம் கேட்டது.

'போலீஸ் வந்துவிட்டது. என்னுடன் இன்னும் ஓடிப் பிடித்து விளையாட விருப்பமா?'

போலீஸ் என்ற வார்த்தையைக் கேட்டதும் அவர்கள் நழுவ முயன்றார்கள்.

வஸந்த், எட்டு போலீஸ்காரர்கள், ஒரு சர்க்கிள் இன்ஸ்பெக்டர் ஆகியோர் ஓடினவர்களை அடைகாத்து அழைத்துவர அந்த இடத்தில் கொஞ்சம் ஜன நெரிசல் அதிகமாகி விட்டது. சேஷகிரி, 'இன்ஸ்பெக்டர்! இந்த ஆளை அரெஸ்ட் பண்ணுங்கள். வீட்டில் புகுந்து கலாட்டா பண்ணுகிறான்' என்றார்.

'இன்ஸ்பெக்டர், இந்தப் பெண்ணைப் பாருங்கள்.'

தருணாவின் அருகில் சென்று அவள் கன்னத்தில் தட்டினேன். அவள் கண்களில் தண்ணீர் தெளித்தேன்.

'அவள் சம்மதத்துடன்தான் ஹிப்னாடிஸம் பழகிக் கொண்டிருந்தோம். அவளை வேணுமானால் எழுப்பிக் கேளுங்கள்' என்றார் சேஷகிரி.

இன்ஸ்பெக்டர் என்னைப் பார்த்தார்.

‘இவர்கள் அரை டஜன் பேரும் சேர்ந்துகொண்டு...’

‘பொய் பொய், இந்தப் பெண்ணையே கேட்டுப் பாருங்கள்.’

தருணா, இப்போது எழுந்திருந்தாள். அவள் கண்கள் இன்னும் சோர்ந்துதான் இருந்தன.

சாமிநாதன் தருணாவிடம் சென்று ‘தருணா டியர், ஆர் யூ ஆல்ரைட்?’ என்றான்.

‘தருணா, சொல்! என்ன நடந்தது? இவர்கள் உன்னை என்ன செய்தார்கள்? சொல்’ என்றேன்.

தருணா என்னை மிரள மிரளப் பார்த்தாள்.

‘என்ன நடந்தது?’ என்றாள்.

‘தருணா, இது யார் சொல்லு.’

‘இது இது இது சாமி.’

‘சாமி யார்?’

‘என் எதிர்காலக் கணவன்.’

‘கேளுங்கள் இன்ஸ்பெக்டர். உள்ளே அந்தரங்க அறையில் வந்து கலாட்டா பண்ணியிருக்கிறான். நாங்கள் மாடியில் பூஜை செய்து கொண்டிருந்தோம். சப்தம் கேட்டு உள்ளே வந்தோம். இவன் தான் என் மகன் சாமியை அடித்துப் போட்டு இந்தப் பெண்ணைத் தொடச் சென்றான். நாங்கள் வந்ததும் எங்களையும் அடிக்க ஆரம்பித்தான். கத்தியைக் காட்டினான். சரியான கிராக்! இந்த வீடு எங்கள் வீடு. இவன் என் மகன். இவள் என் மருமகளாகப் போகிறவள்.’

அப்போதுதான் நான் அந்த ஐவரில் ஒருவனை மறுபடி கவனித் தேன். அசாதாரணமான உயரமாக இருந்தான். சுத்தமாக ஆறடி இரண்டு அங்குலம் இருந்தான்.

‘இன்ஸ்பெக்டர், நான் இங்கு வந்து நுழைந்தது சல்லாபத்தைக் கெடுப்பதற்கு அல்ல. இந்தக் கோஷ்டியையே கைது செய்ய வேண்டும் நீங்கள். இந்தப் பெண்ணைத் தவிர.’

‘எதற்கு? எங்கள் வீட்டில் அமைதியாக பூஜை நடத்தினதற்கா? ஒரு கணவன் எதிர்கால மனைவியுடன் இயற்கையாக இருந்ததற்கா?’

‘இல்லை, ஒரு பெண்ணைக் கொலை செய்ததற்கு.’

‘நீங்கள் என்ன சொல்கிறீர்கள்?’

லாங் ஷாட் என்று சொல்வார்கள். டென்னிஸ் ஆடும்போது எதிர் ஆசாமி செட் பாயிண்ட்டில் இருக்கும்போது ஒரு காட்டு அடி அடித்துப் பார்ப்பதுபோல்.

‘மிஸ்டர் சேஷகிரி, நீங்கள் திட்டமிட்டுப் ப்ரதிமாவைக் கொலை செய்தது போலீசுக்குத் தெரியாது என்று நினைக்கிறீர்களா?’

‘ப்ரதிமாவையா? நாங்களா? என்ன விளையாடுகிறாய்?’

‘ஏய் நெட்டை, இங்கே வா? உன்னை லவ்டேலில் ஒருத்தரும் பார்க்கவில்லை என்றுதானே நினைத்துக்கொண்டிருக்கிறாய்? இன்ஸ்பெக்டர், இவன் விரல் ரேகைகளை எடுத்துக் கொள்ளுங் கள்.’

அவன் திடீர் என்று மிரண்டு சேஷகிரியைப் பார்த்தான்.

‘சேஷகிரி, யுவர் கேம் இஸ் அவுட்.’

‘என்ன விளையாடுகிறாய்?’

அந்த அறையைச் சுற்றிலும் பார்த்தேன். நீள மேஜை விளக்கு, உடைந்த கண்ணாடித் துண்டுகள், ஓரத்தில் டெலிபோன். டெலிபோன். டெலிபோன். திடீர் என்று எனக்கு ஞானோதயம் பிறந்தது. அட! இது தெரியாமல் போய்விட்டதே!

‘சேஷகிரி, ப்ரதிமாவின் விலாசத்தை நீங்கள் எப்படிக் கண்டு பிடித்தீர்கள் என்பது எனக்குத் தெரியும். அன்றைக்கு எந்த இடத் துக்கு டிரங்க் கால் செய்தேன் என்பதை டெலிபோன் டிபார்ட் மெண்டில் ஒரு எண்ணிலிருந்து கம்ப்ளெய்ண்ட் கொடுப்பது போல கேட்டு விசாரித்து வைத்தது எனக்குத் தெரியாதா? அப்புறம் உடனே காரில் இந்த நெட்டையை இரவோடு இரவாக லவ்டேலுக்கு அனுப்பி வைத்துப் ப்ரதிமாவை என் பெயரைச் சொல்லிச் சந்திக்க வைத்து அவள் எங்களிடம் உங்கள் வண்ட வாளங்களை எல்லாம் அம்பலப்படுத்துவதற்கு முன் அவளைத் தனியே அழைத்துச் சென்று கழுத்தை நெரித்துக் கொன்றுவிட்டு

வந்திருக்கிறான் என்பது தெரியாதா எனக்கு? ஏய் நெட்டை! உன் விரல் ரேகைகள் அங்கே நிறையப் பதிந்திருக்கின்றன. உங்கள் அம்பாஸடர் கார் அன்று லவ்டேலுக்குள் வந்ததற்கு ஆக்ட்ராய் அவுட்போஸ்டில் ஆதாரம் இருக்கிறது. ரெக்கார்டு ஆகியிருக் கிறது.

அந்த நெட்டை ஆசாமி இப்போது காட்டுத்தனமாக ஓட ஆரம்பித்தான் வாயிலை நோக்கி.

'ஓடுகிறான் பார். பிடி அவனை.'

கோழிக்குஞ்சை அமுக்குகிறாற்போல் அவனை அழுத்திப் பிடித்து அவன் தாடையில் இடது கையால் இரண்டு விட்டேன்.

'ராஸ்கல்! அந்தப் பெண்ணை ராட்சசத்தனமாகக் கழுத்தை நெறித்துக் கொன்றுவிட்டு இங்கே சமஸ்காரம் பண்ண வந்தாயா?' மறுபடி அடித்தேன்.

'அய்யா! அய்யா! என்னை விட்டுவிடுங்கள்! நான் தெரியாத்தன மாய் இதில் மாட்டிக்கொண்டுவிட்டேன். எல்லாம் சேஷகிரி சொன்னதுதான்! அவர்தான் என்னை அனுப்பி வைத்தார். அவர்தான் எனக்குப் பணம் கொடுத்தார். எனக்கு அந்தப் பெண்மேல் எந்த விரோதமும் கிடையாது. சேஷகிரிதான்... சேஷகிரிதான் எல்லாம்! சத்தியமாக சாமி சாட்சியாக அவர்தான் என்னைப் பயன்படுத்தினார். ஐயாயிரம் ரூபாய் கொடுத்தார்... நோட்டு நோட்டாகக் கொடுத்தார்.'

சேஷகிரியை உடனே கைது செய்வதா, இல்லையா என்று இன்ஸ்பெக்டர் சற்றுத் தயங்கினாற்போலத் தோன்றியது.

'சாட்சியங்கள் காட்டமாக இருக்கின்றன. எதற்குத் தயங்குகிறீர் கள்? இந்த மாதிரி ராஸ்கல்களை எல்லாம் உள்ளே தள்ளுவதற்குத் தான் தற்போது கேள்வி கேட்க முடியாத சட்டங்கள் வைத்திருக் கிறீர்களே?' என்றேன்.

'எதற்கும் ஒரு வார்த்தை எஸ்.பி.யைக் கேட்டு வருகிறேன். அவர் ஓ.கே. கொடுத்துவிட்டால்...'

'தாராளமாக நீங்கள் எஸ்.பி.க்கு டெலிபோன் செய்து நடந்ததைச் சொல்லி அனுமதி வாங்கிக்கொள்ளுங்கள். நான் அதுவரை அவதார புருஷருடன் பேசிக்கொண்டிருக்கிறேன். என்ன

சேஷகிரி சார்' என்று அவரைப் பார்த்துக் கண்ணடித்தேன். கான்ஸ்டபிள்கள் சூழ்ந்திருந்தார்கள். சார் என்னை ஒரு வாழ்நாளுக்கு போதுமான எரிச்சலுடன் பார்த்து, 'டிஜெனரேட்!' என்றார்.

'நானா, நீங்களா?' என்றேன்.

'உங்கள் வர்க்கமே. நீங்கள் எல்லோரும்!'

'சேஷகிரி சார், ஒரு கேள்வி. நீங்கள், எத்தனை படித்திருக்கிறீர்கள்? திருமூலர் எல்லாம் புகுந்து விளையாடுகிறீர்கள். நீங்கள் செய்தது நியாயமா, சரியா? பகுத்தறிவுள்ள எவனாவது ஒப்புக் கொள்வானா?'

'பகுத்தறிவு! ஹ!' என்றார்.

'என்ன ஹ!'

'பகுத்தறிவு யாருக்கு இருக்கிறது! பகுத்தறிவு உள்ளவன் இந்தத் தேசத்தில் வாழ முடியுமா?'

'என்னால் வாழ முடிகிறதே! சௌக்கியமாக சந்தோஷமாக.'

'கணேசா, உங்களையெல்லாம் பார்த்து நான்... நான்... பரிதாபப்படுகிறேன்' திடீரென்று சிரித்தார். கைகொட்டிச் சிரித்தார். எப்படி இந்தச் சந்தர்ப்பத்தில் இவரால் சிரிக்க முடிகிறது என்பதை நினைத்து முடிப்பதற்குள் சிரிப்பை நிறுத்தி, 'இந்த நாட்டில் புத்திசாலிகளுக்கு இடம் இருக்கிறதா, இந்த நாடு போகிற போக்கில்?'

'போக்குக்கு என்ன? சரியான போக்கில்தானே சென்று கொண்டிருக்கிறது?'

'மடையனே! யோசித்துப்பார். எவ்வளவு தூரம் உன்னுடைய அந்தரங்க சுதந்தரங்களில் கைவைத்திருக்கிறார்கள்! உன் போன்ற பலி ஆட்டு ஜனங்களுக்கு இது எப்படிப் புரியப்போகிறது! பணக்காரர்களை ஒழித்துக் கட்டவேண்டும் என்று தீர்மானம் பண்ணிவிட்டார்களாம்! என்ன நடக்கும்? ஒரு செட் பணக்காரர்கள் போய் வேறு செட் பணக்காரர்கள் தோன்றப் போகிறார்கள்!'

இப்போது அவர் அங்க அசைவுகள் எல்லாம் அவர் பேச்சுக்கு அடிக்கோடு இட்டன. 'கஷ்டப்பட்டு மூளையை உபயோகப்படுத்தி நான் (மார்பில் அடித்து) நான்டா நான் சம்பாதிக்கிறேன்.

விபரீதக் கோட்பாடு • 99

இந்த கவர்மெண்டுக்கு வரி கொடுக்க வேண்டுமாம்! இன்கம் டாக்ஸ், சர்சார்ஜ், சூப்பர் டாக்ஸ், சூப்பருக்கு மேலே இன்னொரு சூப்பர். எஸ்டேட் ட்யூட்டி கணக்கு காட்டினால் டாக்ஸ்! காட்ட வில்லை என்றால் ப்ளாக் மணி என்று வந்து அண்டர்வேரை எல்லாம் உதறிப் பார்க்கிறார்கள். தங்கம் என்றால் கோல்ட் கண்ட்ரோல். நகை என்றால் வெல்த் டாக்ஸ். வீடாக வாங்கிப் போட்டால், ஒரு குச்சுக்கு மேல் உனக்குக் கிடையாதடா என்று உச்ச வரம்பு. கொஞ்சம் கடலை எண்ணெயை அமுக்கி கட்டுப் படுத்தி மார்க்கெட்டில் விட்டால் மிசா. நாலு காசு சம்பாதிக்க உனக்குத் சுதந்தரமும் உரிமையும் இல்லாத தேசம் என்னடா தேசம்! பணக்காரனை மறுபடி சொல்கிறேன் - ஒழிக்கவே முடியாது. ஒரு பணக்காரனை ஒழித்தால் வேறு ஒரு பணக்காரன் தோன்றுவான். அரசாங்கத்துக்கு சலாம் போடுகிற குட்டி தேவதைகள் எல்லாம் கோஷ்டியாகச் சேர்ந்து ஒரு புதிய பணக்கார வர்க்கம் புறப்படப் போகிறது!'

'சேஷகிரி சார். இந்த மாதிரி சவடால் எல்லாம் இனி மேல் நடக்காது. காலம் மாறிப் போச்சு! சமூகமே மாறிப் போச்சு.'

'சமூக மாறுதலா! ஹூம்! சேரிப் பசங்களுக்கெல்லாம் படிப்பிலும் உத்தியோகத்திலும் சலுகை தந்து விட்டால் சமூகம் மாறிப் போய்விடுமா? ஏதோ ஒரு காளிமுத்துவுக்கோ மாட சாமிக்கோ கலெக்டர் உத்தியோகம் கொடுத்துவிட்டால் சமூகமே மாறிப்போச்சு என்று சொல்கிறதா? இது மாறுதல் இல்லை. தராசை இந்தப் பக்கம் சாய்ப்பது அவ்வளவுதான்! ஒரு காளிமுத்து சேரியிலிருந்து மேலே வந்தால் ஒரு கணேஷ் கட்டாயம் சேரிக்குப்போய் விழுவான். கட்டாயம் அழிக்க முடியாத தர்மம் இது. இந்தத் தேசம் போகிற போக்கில் இதை ஒரு நிலைக்குக் கொண்டுவர ஒருவனால்தான் முடியும்!'

'அவதார புருஷன்?' என்றேன்.

'இப்போது கேலி செய்வாய். என்னைக் கைது பண்ணி ஜெயிலில் போட்டு விட்டதால் அந்த ஜனனத்தை நீங்கள் தடுக்க முடியாது... அந்த அவதாரம் நிகழ்ந்தே தீரும். கர்ப்பதானம் நிச்சயம் ஏற்படும்! நிச்சயம் அவன் பிறந்தே தீருவான். நீ உன் வாழ்நாளிலேயே பார்க்கத்தான் போகிறாய். இந்த நாட்டை - ஏன், இந்த உலகத்தையே மாற்றப் போகிறான்.'

'மேன் இஸ் டிமென்டெட்' என்று நினைத்துக்கொண்டேன்.

‘சேஷகிரி, இத்தனை சொன்னீர்கள், கொஞ்சம் கேளுங்கள். மதம் என்பது எதற்கு? மனிதனை உயர்த்துவதற்கு, பண்படுத்துவதற்கு, ஒருத்தருக்கு ஒருத்தர் ஒத்தாசை செய்துகொண்டு உயர்வதற்கு. இந்த மந்திர தந்திரங்கள் எல்லாம் அவர்களை தெய்வத்தின்பால், பக்தியின்பால் ஈர்ப்பதற்கு ஏற்பட்ட சாதனங்கள். தெய்வத்தை விட்டுவிட்டீர்கள். தந்திரங்களை மட்டும் பிடித்துக்கொண்டு எவ்வளவு கேவலத்துக்குச் சென்று விட்டீர்கள்... ஹிப்னாடிசம்... ரேப்... சேச்சே சே! ஒரு காரியம் செய்யுங்கள். ஜெயிலிலே சாவ காசமாக நிறைய டயம் இருக்கும். யோசித்துப் பாருங்கள். சொந்த மாக அழிவைத் தேடிக்கொண்டதுடன் மந்திர தந்திரத்துக்குக் கெட்ட பெயர் தேடிக் கொடுத்திருப்பதும் புரியும்.’

‘எனக்கா, அழிவா?’

‘ஏன்? எதாவது காயகல்பமா?’ என்றேன்.

இன்ஸ்பெக்டர் உள்ளே வந்தார்.

‘மிஸ்டர் சேஷகிரி, வாருங்கள் போகலாம்.’

‘இன்ஸ்பெக்டர், போவதற்குமுன் கொஞ்சம் தனியாக வருகிறீர் களா?’ என்றார் சேஷகிரி.

‘லஞ்சமா?’ என்றேன்.

‘நடடா! மரியாதையாகச் சொன்னால் வர மாட்டாய்!’ என்று அவரை உந்தித் தள்ளினார் இன்ஸ்பெக்டர்.

சேஷகிரி என்னைத் திரும்பிப் பார்த்த பார்வையில் இருந்த சாபம் திரேதா யுகத்தில் மூன்று கணேஷ்களை பஸ்பம் ஆக்கியிருக்கும்!

9

'அழாதே தருணா' என்றேன்.

'கணேஷ்! கணேஷ்? நீங்கள் வரவில்லை என்றால் என்ன ஆகியிருக்கும்? நினைத்துக்கூடப் பார்க்க முடியவில்லை!'

'எதற்கு அழுகிறாய்? எல்லாம் கெட்ட சொப்பனம் போல் நினைத்துக்கொள். உனக்கு ஒன்றும் ஆகவில்லை.'

'பாவம் ப்ரதிமா! அவளைப் போய் என்ன திட்டு திட்டினேன்!'

'அவள்தான் இந்தக் கிராதகர்களிடம் பலியாகி இருக்கிறாள்.'

'பாஸ், எனக்கு ஒரு சந்தேகம்' என்றான் வஸந்த்.

'என்ன?'

'திடீர் என்று எப்படி உங்களுக்கு அந்த ஆங்கிள் தோன்றியது?'

'லாங் ஷாட்... அந்த அறை டெலிபோனைப் பார்த்ததும் சட் என்று தோன்றியது. அதுமட்டும் இல்லை. Mistrust the obvious என்று சொல்வார்கள். நாம் இதுவரை நினைத்துப் பார்க்காத புதிய கோணத்தில் நினைத்துப் பார்த்தால்தான் பிடிவாதமாக முரண்டு

பிடிக்கும் சில கேள்விகளுக்கு விடை கிடைக்கும். நாம் ஒரே ஒரு தப்புக்கணக்கு போட்டுவிட்டோம். ப்ரதிமாவின் விலாசத்தை நாம் இருவர் சொன்னால் தவிர வேறு ஒருவரும் கண்டு பிடித்திருக்கவே முடியாது என்று நினைத்துவிட்டோம். அது பற்றி நமக்குச் சந்தேகமே வரவில்லை. கடைசிவரை அது நம் சிந்தனையிலேயே இல்லை. சாமிநாதன் - சேஷகிரி அண்ட் கோவுக்கு ப்ரதிமாவின் விலாசத்தைக் கண்டுபிடிப்பதுபோல் சுலபமான வேலை ஏதும் இருந்திருக்க முடியாது. சிம்பிள், என் டெலிபோன் நம்பரிலிருந்து டெலிபோன் செய்வதுபோல் ட்ரங்கால் ஆபீசில், 'ஹலோ, சற்று முன் இந்த டெலிபோன் எண்ணிலிருந்து ஏதாவது டிரங்க்கால் போயிற்றா என்று தெரிய வேண்டும். யாருக்கு எந்த இடத்துக்கு என்று தெரியவேண்டும். ஏன் என்று கேட்டால், எனக்குத் தெரியாமல் சிப்பந்தி ஒருவன் இந்த டெலிபோனிலிருந்து நான் இல்லாதபோது டிரங்க்கால் போட்டிருக்கிறான் என்று சந்தேகம். அதனால் கேட்டேன்' என்று சொல்லிவிட வேண்டியது.'

'சே... சிம்பிள்.'

'அந்தக் கார் விவகாரமும் ஒருவிதமான ஊகம்தான். இரண்டு கார்களை ஷெட்டில் பார்த்தேன். காரில்தான் அனுப்பியிருக்க வேண்டும். பெரிய காரை அனுப்பியிருக்க மாட்டான். நெட்டை யும் கேர்ஃபுல்லாகத்தான் இருந்திருக்கிறான். ஸ்கூல் வாசலுக்குக் காரை கொண்டு செல்லவில்லை, ஆனால் ஆக்ட்ராய் போஸ்டில் காரின் நம்பர் பதிவாகியிருப்பது அவனுக்குத் தெரிந்திருக்க நியாயமில்லை. ப்ரதிமா நம்மைச் சந்தித்தால் அவர்களது கோட்பாடுகள் எல்லாவற்றையும் அவர்கள் அவள் உடலுக்குச் செய்த அக்கிரமங்களையும் அவர்கள் உள் ரகசியங் கள் அனைத்தையும் நம்மிடம் சொல்லிவிடுவாள் என்பது சேஷகிரிக்குத் தெரியும். எனவே சங்கத்திலிருந்து நெட்டை ஆசாமியை அனுப்பிவைத்து 'அவளைக் கையால்' என்று சொல்லி மானசீகக் கயிற்றை இறுக்கிக் காட்டினேன்.

'கொல்வதற்குக்கூட ஏதாவது சமஸ்காரம் அவர்கள் புத்தகத்தில் எழுதியிருக்கும்.'

'டெர்ரிபிள்! டெர்ரிபிள்' என்றாள் தருணா. அவளது உடல் நடுங்கியது.

‘வஸந்த். ‘இனி ஏன் பயப்படுகிறீர்கள் தருணா? நான் உங்களை இனிமேல் கண்ணும் இமையும்போல பார்த்துக்கொள்கிறேன். கோர்ட்டில் சாட்சி சொல்ல வேண்டுமே நீங்கள்? இது என்ன பட்டன் தங்கமா?’ என்று அவள் சட்டை பட்டனைத் தொட்டான்...

வஸந்த்துக்கு விமோசனமே கிடையாது.
